சிகரமேற்றும சிந்தனைகள்

மனமே மருந்து மனதிற்கு விருந்து

முனைவர். இரா. லீசன் ராஜ்

சமர்ப்பணம்

- தமிழில் கவிதை எழுதும் அளவுக்கு என்னை உயர்த்திய என் தமிழ் ஆசான்கள் திரு சு.கோவிந்தராசன், திரு.பன்னீர்செல்வம், திரு. அரி. செல்வராசு ஆகியோருக்கு இந்நூல் சமர்ப்பணம்.
- மேலும் என்னை ஈன்றெடுத்த என் தாய் தந்தைக்கும் சமர்ப்பணம்.

பொருளடக்கம்

பொருளடக்கம்

பொருளடக்கம்

பொருளடக்கம்

பொருளடக்கம்

நன்றி

இந்நூலை எழுத்து வடிவில் உருவாக்கி தந்த என் மனைவி திருமதி. மு.சுந்தரவள்ளி, கணித ஆசிரியை அவர்களுக்கும், இந்-நூலை மெய்ப்பு பார்த்து தந்த திருமதி.சுகன்யா, முதுகலை தமிழ் ஆசிரியை அவர்களுக்கும், இந்நூல் தலைப்பு வழங்க ஆலோசனை வழங்கிய திருமதி. முனைவர் உமா.முதுகலை தமிழ் ஆசிரியை அவர்களுக்கும், மேலும் இந்நூல் வெளிவரக் காரணமாக இருந்த திருமதி.ச.சுமதி ஆங்கில ஆசிரிய அவர்களுக்கும், மேலும் கணி-னியில் எழுத்துப்பிழைகளை சரிசெய்து கொடுத்த தமிழாசிரியர்கள் திரு.சா.முருகன் மற்றும் திரு.செ.முருகானந்தம் ஆகியோர்களுக்கும், என் நண்பர்கள் மற்றும் மாணவர்களுக்கும் என் நெஞ்சார்ந்த நன்றி-யைத் தெரிவித்துக் கொள்கிறேன்.

முன்னுரை

இன்றைய உலகில் வாழும் மனிதன் ஒரு சூழ்நிலைக் கைதிப் போல வாழ்ந்து வருகிறான். எத்தனைச் சோதனைகள் மற்றும் தடைகள் வந்தாலும் அதனை தகர்த்து சிகரமேற வேண்டும் அதுவே வாழ்வின் வெற்றி. போட்டியில் கலந்தே கொள்ளாமல் வெற்றியை சுவைப்பது எப்படி? ஆகவே வெற்றியை சுவைக்க வியர்வை சிந்தியாக வேண்டும். நேர்மை,உழைப்பு, மனிதம் போன்ற உயர்ந்த சிந்தனைகளை கொண்டாலொழிய வாழ்வில் வெற்றி பெற முடியுமென்பதையும் அவ்வாறு வெற்றி என்ற சிம்மாசனத்தில் அமர உழைப்பே பிரதானம் என்பதையும் பல்வேறுக் கவிதைகளில் சுட்டிக் காட்டியுள்ளார் கவிஞர் இந்தக் கவிதைத் தொகுப்பில்.

அணிந்துரை

மனித மனதைப் பண்படுத்துவது இலக்கியம். காலத்தின் தேவைக்-
கேற்ப அது உருவாகும் கால மாற்றத்திற்கு ஏற்ற வகையில் அதன்
உருவமும் மாறும். ஜப்பானிய மொழியில் 'ஹைக்கூ' 'சென்றியு'
என்ற கவிதை வடிவங்கள் மூன்று அடிகளில் தத்துவங்களை கூறும்.
ஆங்கிலத்தில் 'லிம்ரிக்' என்ற கவிதை வடிவம் ஐந்து அடிகளில்
அமையும். பழந்தமிழில் திருக்குறள் இரண்டு அடிகளில் கருத்-
துக்களை வெளிப்படுத்தும். அவ்வகையில் **சிகரமேற்றும்சிந்தனைகள்**
என்ற இக்கவிதைத் தொகுப்பு ஒரு புதுமையான முயற்சி எனலாம்.

புதுக்கவிதையில் பழைய மரபு வடிவத்தைக் கொண்டு வந்திருப்-
பது சிறப்பிற்குறியது. ஒவ்வொரு கவிதையும் வாழ்க்கையின் அடிப்-
படை தத்துவத்துவங்களை வெளிப்படுத்துகிறது. அதே வரிசையில்
முனைவர் .இரா. லீ அவர்களுடைய கருத்துக்களும் வாழ்க்கையை-
மேம்படுதும் கருத்தகளாகவே இருக்கின்றது. யார் யாரிடம் எந்தெந்த
வேலையைத் தர வேண்டும் என்று வள்ளுவர்

"இதனை இதனான் இவன்முடிக்கும் என்றாய்ந்து

அதனை அவன்கண் விடல்" (குறள்517)

கூறுவார். அதைப்போல இக்கவிஞர் தகுதி இல்லாதவர்களிடம்
ஒரு வேலை ஒப்படைக்கப்பட்டால் அதன் பயன் உரியவரிடம் போய்
சேராது என்ற பொருண்மையில்

"கிடைக்க வேண்டியது கிடைக்க வேண்டாதவற்கு

கிடைத்துவிட்டால் எதுவும் கிடைக்காது".

என்று கூறுவது பாரட்டுதற்குறியது.

அந்தந்தப் பருவத்தில் தேவையானவற்றை தேவையான நேரத்-
தில் தேட வேண்டும் அதுவே நன்மை பயக்கும் என்ற பொருண்மை-
யில்

தேவையானவற்றை தேவைப்படும் நேரத்தில் தேடுவதே

மிகச் சிறந்தத் தேடலாகும் என்று கவிஞர் குறிப்பிடுவது சிந்தித்-
தற்கு உரியது. மேலும்

"உறவுகள் இல்லா வாழ்க்கை சிறகுகள்

இல்லா பறவையைப் போன்றது,"

இது போன்ற வரிகளால் உறவுகளின் முக்கியத்துவத்தை அழகாக
விளக்கும் பாங்கு போற்றுதற்குரியது.

ஐந்தில் வளையாதது அறுபதில் வளையுமா என்ற எதிர்மறைச்
சிந்தனையை நம் பழமொழிகள் பறைசாற்றுகின்றன. இவரோ

"ஐந்தில் முடியாதது அறுபதில் நம்

அனுபவ அறிவால் முடிவடைகிறது."

என்று நேர்மறைச் சிந்தனையை பதிக்கிறார்.

வாழ்ந்துப்பார். தேடல். விமர்சனம் என்ற தலைப்புகளில் இடம்-
பெறக்கூடிய கவிதைகள் என் மனதை மிகவும் கவர்ந்த வரிகள்
ஆகும். லீ மிகச் சிறந்த தத்துவவாதி என்பதற்கு இவ்வரிகளே மிகச்
சிறந்த எடுத்துக்காட்டுகள் எனலாம்.

கவிஞர். இரா.லீ தம் கவிதைகள் மூலம் சமுதாயத்தை சிந்திக்க
வைக்கிறார். பல பெரிய வாழ்க்கைத் தத்துவங்களையெல்லாம்
போகிற போக்கில் மிக எளிமையாக சொல்லிவிட்டுச் செல்கிறார்.
ஆங்கில மொழியில் முனைவர் பட்டம் பெற்ற இக்கவிஞர் தமிழிலும்
இவ்வளவு சிறப்பான வரிகளைத் தருவது வியத்தற்குறியது. நூலாசிரி-
யர் முனைவர்.இரா.லீ அவர்கள் இது போன்ற பலப் படைப்புகளைப்
படைத்து சமுதாயத்திற்கும் இலக்கியத்திற்கும் தொண்டு புரியவேண்டும்
என உளமார வாழ்த்தி மகிழ்கின்றேன்.

முனைவர்.ப.உமா எம்.ஏ,பிஎட், எம்பில், பிஎச்டி

முதுகலை தமிழாசிரியர்

அரசு மேல் நிலைப் பள்ளி கல்லாத்தூர்- தண்டலை

அரியலூர்- 621 803

அணிந்துரை

இலக்கியம் என்பது காலத்தை காட்டும் கண்ணாடி என்பர் அவ்-வகையில் கவிஞன் தான் வாழும் காலச் சூழ்நிலைகளுக்கு ஏற்ப சமூகத்தின் தேவை கருதி பாமர மனிதனுக்கும் எட்டும் வகையில் நூல்களை படைக்கின்றான். மரபுக்கவிதைகள் செல்வாக்குப் பெற்றி-ருந்த காலகட்டத்தில் புதுக்கவிதைகளில் தோற்றுவாயாக தோன்றிய-வர் இருபதாம் நூற்றாண்டின் ஓர் ஒப்பற்ற கவிஞன் பாரதி ஆவார். புதுமைக்கு பின்னர் ஏராளமான கவிஞர்கள் தோன்றினர் எனினும் மிகையன்று.

இந்நூலின் ஆசிரியர் அரியலூர் மாவட்டம் சிலால் என்ற கிரா-மத்தில் பிறந்து சிறந்த ஆசிரியர் விருதைப் பெற்று ஆங்கில கவி-ஞராய்த் திகழும் முனைவர் இரா. லீ அவர்களுடைய இந்நூலா-னது கற்போர் இடத்து மென்மையான எண்ணங்களை எழச் செய்யும் சிறப்பு வாய்ந்தது.

”தெரியாது நடக்காது முடியாது என்பவருக்கு
வாழ்க்கையில் எதுவும் கிடைக்காது”.
லஞ்சம் வஞ்சம் பஞ்சம் கொண்ட நெஞ்சங்கள்
வாழும் இடமே பிரபஞ்சம்.

என்னும் இடங்களிலெல்லாம் கவிஞருக்கு இயையுத் தொடையும் எதுகைத் தொடையும் இயல்பாகவே இழையோடுகிறது. வாசிப்பதற்-குத் தித்திப்பாகும். மேலும் உலக நடைமுறைகளை இயல்பாக எடுத்-துரைப்பதன் வழி சமூக அவலங்களை சாடியுள்ள திறம் அளவிடற்-கரியது.

சுருங்கச் சொல்லி விளங்க வைத்தல் என்னும் வகையில் இந்-நூல் செம்மாந்து அமைந்துள்ளது

207. எவருக்கும் இங்கு வேலை இல்லை
வந்த வேலை முடிந்து விட்டால்

என்ற வரிகளில் நிலையாமையை எடுத்துக் கூறி மனதை செம்மை படுத்துகிறார்.

213வது அடிகளில் எழுப்பிய வினாவிற்கு 214வது அடிகளில் விடையளிப்பது படிப்பதற்கு ஆர்வத்தைத் தூண்டுவதாக சிந்தனைக்கு விருந்தாக அமைகிறது.

221வது வரிகள்

"கொக்கொக்க கூம்பும் பருவத்து மற்றதன்

குத்தொக்க சீர்த்த இடத்து ".

என்ற வள்ளுவரின் வாக்கை நினைவூட்டுகின்றன. அற நூலில் நகைத்தற்கும் இடம் கிட்டுமோ? இக்கவிஞரின்

"நன்றி மறந்தவன் நட்பு புவிதனிலே

பன்றியுடன் கொண்ட நட்பு."

என்ற வரிகளில் ஆழமான அறம் பொதிந்துள்ளது. எனினும் படித்தவுடன் நகைப்பே முதலில் வருகிறது. மனிதனை நேசி மனி-தத்தை சுவாசி என்ற அடிகளில் மனிதநேயத்தை போற்றியுள்ளார்

முடிவில் இரக்கம் காட்டாதே எனும்போது

கணிச்சிக் கூர்ம்படைக் கடுந்திற லொருவன்

பிணிக்குங்காலை யிரங்குலிர் மாதோ?

என்னும் கணியன் பூங்குன்றனாரின் புறநானூற்று வரிகள் நினை-வுக்கு வருகின்றன

விவசாயியின் வியர்வை சாயமே விவசாயம் புதியதொரு விளக்-கம் மிக அருமை இன்றைய காலகட்டத்தில் விவசாயியின் பரிதாப நிலையைப் படம்பிடித்துக் காட்டுவதாய் அமைகிறது.

இவ்வாறு கவிஞர் இரா. லீ அவர்கள் முற்காலம் தொட்டு இக்-காலம் வரையிலும் தன் கவித்திறத்தால் இந்நூலில் தடம் பதித்துள்-ளார். பிற மொழி கவிஞர்கள் தமிழுக்கு ஆற்றிய தொண்டுகள் வரி-சையில் ஆங்கில கவிஞராய் திகழும் கவிஞர் இரா. லீ அவர்களும் இடம் பெற வேண்டுமாய் மனதார வாழ்த்துகின்றேன்.

திருமதி.மு. சுகன்யா ஜெய்கணேஷ்

முதுகலை தமிழாசிரியர்

அரசு மேல்நிலைப்பள்ளி

அய்யப்பநாயக்கன்பேட்டை

அரியலூர் மாவட்டம்

1. இரு வரிக்கவிதைகள்

1.இன்பம் வந்ததெந்தென்று துள்ளாதே எதுவும்
வாழ்வில் சில காலமே.

2.துன்பம் வந்ததெந்தென்று துவளாதே அதுவும்
வாழ்வில் சில காலமே.

3.தெரியாது, நடக்காது, முடியாது என்பவர்க்கு
வாழ்க்கையில் எதுவும் கிடைக்காது.

4.சிலருக்கே வேண்டும் நிதி அதனால்,
பலருக்குத் தேவை நீதி.

5.இன்பம் இல்லை என்றாலே துன்பம்
இவ்வுலகில் இல்லை மனிதனுக்கு.

6.இன்பத்தைத் தேடி தேடி நிறைய
துன்பத்தை அனுபவிப்பவனே மனிதன்.

7.என்னால் முடியுமென்பது வேறு என்னால்
மட்டுமே முடியுமென்பது தவறு.

8.புவிதனிலே புலவர்ப்பலர் போற்றப்பட்டாலும் இதுகாரும்
அய்யனுக்கு ஒப்பு எவருமிலர்.

9. கிடைக்க வேண்டியது கிடைக்க வேண்டாதவற்கு
கிடைத்துவிட்டால் எதுவும் கிடைக்காது.

10. அன்பும் மதிப்பும் தம்தம் கருமத்தால்
கிடைக்கப் பெறுவதே ஆகும்.

2. இரு வரிக்கவிதைகள்

11. தேவையானவற்றைத் தேவைப்படும் நேரத்தில் தேடுவதே
மிகச்சிறந்த தேடல் ஆகும்.

12. தேவையில்லாதவற்றைத் தேவையில்லாமல் மனதில் குழப்புவதால்
எந்தப் பயனும் இல்லை.

13. மனம் ஒட்டாத எந்தப் பொருளாலும்
என்றுமே துன்பம் இல்லை.

14. நன்றி இல்லாத உலகில் நன்றியுடன்
வாழ்வது நன்றிக்கே இழுக்காகும்.

15. நிரந்தமான நித்திரைக்கு முன்னிங்கு உன்
முத்திரையைப் பதித்து விடு.

16. அடக்குபவர் அடங்குபவரை அடக்கப்பார்க்கிறார் அடங்குபவர்
அடக்கத்தால் அடங்க வைக்கிறார்.

17. புகழ்ச்சியோடு வாழ்தல் தர்மம் ஆனால்
இகழ்ச்சியோடு வாழ்தல் கர்மம்.

18. தாயைப் போன்றொரு தெய்வமில்லை ஆதனின்
அவர் மனதைப் புண்படுத்தாய்.

19. பஞ்சம் கொண்டார் நெஞ்சம் வஞ்சம்
கொண்டார் நெஞ்சைவிட மேலானது.

20. லஞ்சம், வஞ்சம், பஞ்சம் கொண்ட
நெஞ்சங்கள் வாழுமிடமே பிரபஞ்சம்.

3. இரு வரிக்கவிதைகள்

21. பிறரை வீழ்த்தி வாழ்வதைவிட வாழ்த்தி
வாழ்ந்துப்பார் வானுயுற வாழ்வாய்.

22. உண்மை உரைப்பவரே உயர்ந்தார் இங்கு
பொய்மையுறப்பவர் சிறந்தார் எவருமிலர்.

23. ஆசை என்னும் விதையை மனதில்
விதை ஒருநாள் விருட்சமாகும்.

24. சிதையாதச் சிந்தனையைச் சிதையாமல் சிந்தித்தால்
சிறந்தச் சிந்தனையைச் சிந்திக்கலாம்.

25. மனம் என்னும் காட்டு ஆற்றினை
தெளிந்த நீரோடை ஆக்கு.

26. நகை என்னும் நற்குணம் பகை
என்னும் கேடினை விளக்கும்.

27. வீழ்ச்சி என்பது சூழ்ச்சியால் வருவது
வெற்றி உழைப்பால் வருவது.

28. பொய்க்கூடொன்று பொய்க்கூறி பொய்க்குழியில் விழும்
இதுதான் வாழ்வின் மெய்க்கூற்று.

29. நூல்களை நூற்றால் துணி, நல்ல
நூல்களைக் கற்றால் பணி.

30. தவறானவற்றைத் தவறாகப் புரிந்து கொண்டு
தவறு செய்வதே தவறு.

4. இரு வரிக்கவிதைகள்

31. அறிவை ஆராய்ந்து அதனோடு உழன்று
இறுதியில் கிடைப்பதே ஞானம்.

32. உனக்கே உன்னைப் பிடித்துவிட்டால் உன்னைவிட
உயர்ந்தவர் எவரும் இங்கில்லை.

33. பொறுமையுடையவன் பூமி ஆள்கிறான் பொறாமை
உடையவன் பொறுமிப் போகிறான்.

34. மண்ணில் உதித்த ஒவ்வொரு மனிதனும்
இறுதிவரை புரியாதப் புதிரே.

35. ஒவ்வொரு மனிதனின் எண்ணத்தில்தான் அவனது
வாழ்வு சிறப்பை அடைகிறது.

36. கொடுப்பதும், எடுப்பதும் படைத்தவன் வேலை
அதைத் தடுப்பதும் கெடுப்பதும்?

37. நம்மை புரிந்து கொண்டால் நம்முடன்
வாழ்வோரைப் புரிந்து கொள்ளலாம்.

38. பொல்லானைக் கூடப் போற்றும் இவ்வுலகில்
இல்லானைப் போற்ற எவருமிலர்.

39. சிந்தித்து பார்த்து செயல்படுத்து வாழ்வை
சிறப்பான ஒன்றாய் வளப்படுத்து.

40. செய்வன செய், செய்வதை செய்,
செய்ததை செய், சிறப்பாய் செய்.

5. இரு வரிக்கவிதைகள்

41. கைப்பேசியில் பொய் பேசிப் பேசி
உண்மை இங்கு ஓய்வெடுக்கிறது.

42. முயற்சி முன்னோக்கி கொண்டு செல்லும்
முயற்றின்மை உனக்கே தெரியும்.

43. முயற்சியோடு முன்னேறு வெற்றிக் கிட்டினால்
அதுவே உனக்கு வரலாறு.

44. ஆன்மீகம் ஆணவத்தால் ஆடாமல் ஆன்மாவை
ஆனந்தமாக்கும் ஆற்றலே ஆகும்.

45. இழந்ததை எண்ணி வருந்தாதே இருப்பதை
வைத்து மகிழ்ந்து கொண்டேயிரு.

46. எண்ணியதை எண்ணியப்படி எதிர்கொண்டால் எண்ணியதை
எண்ணியப்படி எண்ணம்போல் எதிர்கொள்ளலாம்.

47. இகழப்படாத மனிதன் மண்ணில் புகழப்படாமல்
இருந்த சரித்திரமே இல்லை.

48. குறிக்கோள் இல்லா வாழ்க்கை குறிப்பார்க்காமல்
அம்பு எய்வதைப் போன்றது.

49. தன்னிலை அறியாமல் வாழ்கின்ற வாழ்க்கை
தன்னையே அழிக்கும் ஆயுதமாகும்.

50. பொறுமை உள்ளவனுக்கும் பொறாமை உள்ளவனுக்கும்
தம்தம் கருமமே கட்டளை.

6. இரு வரிக்கவிதைகள்

51. ஆசை என்பது தோசையைப் போன்றது
வெந்தும் வேகாமலும் இருக்கும்.

52. ஐம்புலன்களை அடக்கி ஆளா மனிதனுக்கு
புலன் விசாரணை உறுதி.

53. உழைப்பால் உயர்ந்தவரை பார்த்து ஏங்குவதைவிட
நீயும் உழைத்து உயர்.

54. இயன்றதை செய் இல்லாதவற்கு முயன்று
கற்றதைக் கற்பிக் கல்லாதவற்கு.

55. இரந்து வாழ்வதைவிட அனைத்தையும் துறந்து
வாழ்ந்து இறந்து விடு.

56. நிலையற்ற வாழ்வில் அழிவற்ற ஆன்மா
பயணிப்பதே இந்த வாழ்க்கை.

57. இறப்பார் என்று தெரியும் சிறப்பார்
என்றிறப்பார் எவருக்கும் தெரியாது.

58. காலமும் இந்தக் காற்றடைத்தப் பையும்
பொய் இதுவே மெய்.

59. இதுவும் இதுவுமில்லை இனியும் இதுவுமில்லை
இதுவும் இனியும் இல்லை.

60. மனநிலை, உடல்நிலை, நிதிநிலை இவையே
நம் வாழ்வின் உண்மைநிலை.

7. இரு வரிக்கவிதைகள்

61. கல்வி என்பது உன் எதிர்காலத்திற்கு
இன்று ஊன்றும் விதையேயாகும்.

62. விதை முளைக்கும் என்ற நம்பிக்கையிலே
விவசாயியின் வாழ்க்கைப் போகிறது.

63. உறவுகள் இல்லா வாழ்க்கை சிறகுகள்
இல்லாப் பறவை போன்றது.

64. பெருமைக்காகப் பேசுபவன் பெருமை இங்கு
எருமையுடன் பேசுவதற்கு சமம்.

65. கவலையைக் கழித்து மகிழ்ச்சியைக் கூட்டி
வாழ்வினை வளமாகப் பெருக்கு.

66. இல்லாதவர் என்று எவருமில்லை உழைக்காதவரே
உயர்வடையாமல் உயிர் விடுகிறார்.

67. உன்னை தேடு மனிதா அதை
உன்னில் தேடி கண்டுபிடி.

68. நிகழ்ந்த நிகழ்கிற நிகழப்போகிற காலமே
நமக்கு நிலையான காலம்.

69. வாழ்க்கை என்பது ஓடம்போல நாம்
ஓடும்வரை ஓடி நின்றுவிடும்.

70. ஐந்தில் முடியாதது, அறுபதில் நம்
அனுபவ அறிவால் முடிவடைகிறது.

8. இரு வரிக்கவிதைகள்

71. உன்வாசல் திறந்துதான் உள்ளது நீதான்
உன்னை வெளியே தேடுகிறாய்.

72. படிப்பறிவால் பெறாதவற்றைப் பட்டறிவால் பெற்று
வெற்றிப் பெற்றோர் பலர்.

73. ஏழைப் பணக்காரனாகவும் பணக்காரன் ஏழையாகவும்
வேடமிட்டு வாழப் பார்க்கிறார்கள்.

74. துரோகிகளை விட்டு பிரிந்துவிடு ஆனால்
அவன் துரோகத்தை மறந்துவிடாதே.

75. நீ எதிர்கொள்ளும் ஒவ்வொரு சவாலுமே
உன் வெற்றியின் வாசல்.

76. உன் மௌனத்தைவிட சிறந்து விளங்குவது
உன் பேச்சென்றால் பேசிவிடு.

77. ஒவ்வொரு மனிதனின் வாழ்க்கைப் போராட்டம்
அவனுக்கு மட்டுமே தெரியும்.

78. இல்லாதவர்களுக்கு செய்யும் சேவை இறைவனுக்கு
செய்யும் சேவை ஆகும்.

79. முட்டாளுக்கு அறிவுரைக் கூறுவது கடலில்
மூழ்குவதற்கு சமம் ஆகும்.

80. கலங்காதே மனமே உன் நம்பிக்கையில்
முழு நம்பிக்கை வை.

9. இரு வரிக்கவிதைகள்

81. எதிர்பார்ப்புகளோடு தொடங்கிய நாள் ஏதோ
ஒரு அனுபவத்தோடு முடிகிறது.

82. சாதனை புரிந்து சரித்திரம் படைத்தவருக்கு
உயிர் பிரிந்தாலும் மரணமில்லை.

83. எச்சாதியில் பிறந்தோம் என்பதல்ல வாழ்க்கை
எதை சாதிக்கப் பிறந்தோமென்பதே.

84. மனிதனின் வேதனையும் சோதனையுமே அவனை
சாதனையாளனாக மாற்றுகிறது இங்கு.

85. சாதித்தவர்கள் சாதனையாளர்கள் அல்ல அதனால்
சரித்திரம் படைத்தவரே சாதனையாளர்.

86. சாதிக்க வேண்டியதை சாதித்துவிடு ஏனெனில்
சாதிக்க வேண்டியது நிறையவுள்ளது.

87. பொறுமையே தவம், திருப்தியே இன்பம்
இரக்கமே உயர்ந்த அறம்.

88. நம் செயல்பாட்டின் வெளிப்பாடே பிறர்
நம்மைக்கூறும் குறையும் நிறையும்.

89. பூக்கள் ஒரு நாளே மணக்கும்
நற்செயல்கள் என்றுமே மணக்கும்.

90. குறையென்னும் கறையை களைந்துவிட்டால் நிறையென்னும்
வாழ்வை நாம் வாழலாம்.

10. இரு வரிக்கவிதைகள்

91. பரிகாசம் செய்வோரும் ஒரு நாள்
பாராட்டும்படி வாழ்ந்து காட்டு.

92. பகையென்னும் குகையில் மாட்டிக் கொள்ளாதே
வகையாய் நீ சிதைக்கப்படுவாய்.

93. சிரிப்பென்னும் சிறையில் சினம்கூட சிரித்து
சிரித்து சின்னாபின்னாமாகச் சிதறும்.

94. அன்பென்ற மழையில் நனைந்துவிடு ஆனந்தம்
என்ற குளிர் அடிக்கும்.

95. பொன்னகைக்கு விலையுண்டு புன்னகைக்கு விலையே
இல்லை புன்னகை செய்துவிடு.

96. எதையும் நேசித்தால் துன்பம், யோசித்தால்
குழப்பம் யாசித்தால் அவமானம்.

97. சிரிப்பென்னும் சிறையில் சினத்தை அடைத்துவிடு
சினம் கண்டிப்பாகப் பிணமாகும்.

98. தீய மனிதர்கள் அச்சத்திலும், நல்ல
மனிதர்கள் அன்பிலும் வாழ்கிறார்கள்.

99. நெஞ்சத்தில் வஞ்சம்வைத்து நம்மில் தஞ்சம்
புகுவோரை கொஞ்சமும் ஏற்காதே.

100. நம் கௌரவம் வாக்கிலும், வாழ்க்கை
நாக்கிலுமே அடங்கி உள்ளது.

11. இரு வரிக்கவிதைகள்

101. குடிப்பவனைவிட, அடுத்தவன் குடியைக் கெடுப்பவனே
கெட்டவனிலும் கேடு கெட்டவன்.

102. வலியே தெரியாமல் வாழ்பவனே வாழ
வழித் தெரியாமல் வாழ்வான்.

103. நேர்மறை எண்ணங்களை உடையவனிடம் பழகுங்கள்
நேர்மறை வாழ்க்கையை வாழுங்கள்.

104. வந்தனை செய்தால் மகிழ்ச்சியடையாமலும், நிந்தனையால்
வருத்தமடையாமலும் வாழ்பவரே ஞானி.

105. வந்தனை செய்தாரென மகிழாதே சிந்தனை
செய் நிந்தனை செய்வார்.

106. நம் வயிறு நிறைந்தாலும் என்றுமே
நம் மனது நிறையாது.

107. வயிற்றை நிறைக்க உழைத்தால் போதும்
மனம் எங்கே கேட்கிறது?

108. ராகங்கள் இன்றி சங்கீதமில்லை சோகங்கள்
இன்றி சுகமும் இல்லை.

109. மாயமான உலகில் மாயமாக வாழ்ந்து
மாய்ந்துவிடும் மாயவனே மனிதன்.

110. உலகில் எவரிடமும் தோற்றுவிடாதே ஆனால்
தாயிடமும், தாரத்திடமும் தோற்றுவிடு.

12. இரு வரிக்கவிதைகள்

111. நதியை ஒருபோதும் நிறுத்த முடியாது
அதுபோலத்தான் உன் உயர்வும்.

112. தோல்வியைக் காதலித்துப்பார் வெற்றி என்ற
காதலி உறுதியாகக் கிடைக்கும்.

113. குருவியைப்போல குதூகலமாகவும் அருவியைப்போல ஆனந்தமாகவும்
என்றும் வாழ ஆசைப்படு.

114. வந்ததை எண்ணி வருந்தாதே என்றும்
வருவதை ஏற்கத் தயங்காதே.

115. வியர்வையைச் சிந்தி உழைத்து வாழ்க்கையை
உயர்த்தி வியப்பை ஏற்படுத்து.

116. நன்மையை அதிகரிக்க உன் செயலின்
தன்மையை அதிகரித்து காட்டு

117. அடக்கம் என்ற ஆயுதம் புகழின்
உச்சத்திற்கே கொண்டு செல்லும்.

118. தொலைந்தக் காலமும் கலைந்தக் கனவும்
ஒருபோதும் திரும்பியதே இல்லை.

119. குழப்பம் இல்லாத மனதிலே தூய்மான
சிந்தனை என்றும் உருவாகும்.

120. உன் வியர்வை உன் கையில்
தினமும் உழைத்திடு, உயர்ந்திடு.

13. இரு வரிக்கவிதைகள்

121. கடலைப்போல ஓயாமல் உழைத்தால் செல்வம்
என்றுமே உன்னிடம் வற்றாது.

122. நெஞ்சிருக்கும்வரை இருப்பது நினைவல்ல புவியில்
எஞ்சியிருக்குவரை இருப்பதே நினைவு.

123. பணத்தில் மட்டுமே வாழ நினைப்பவர்கள்
பிறர் மனத்தில் வாழமாட்டார்கள்.

124. நம் எதிரிதான் நம்மை மிகச்சிறந்த
மனிதனாக மாறக் காரணமானவன்.

125. நம்பிக்கையற்ற வலையில் வாழ்கிறது சிலந்தி,
நீயோ கவலையில் பிண்ணியுள்ளாய்.

126. புயலே ஓய்ந்து ஓய்வெடுக்கிறது உன்
ஆட்டம் எவ்வளவு நாளைக்கு?

127. உழைப்பவனாலும் உழைக்காதவனாலும் உண்ண முடியவில்லை
இதுவே வாழ்வின் உன்னதம்.

128. கிடைக்காதப் பலவற்றைத் தேடி கிடைத்த
பலவற்றை இழப்பார் பலர்.

129. சமயம் பார்த்துக் கொண்டேயிரு, இமயத்தைக்கூட
ஓர் நாள் எட்டிவிடுவாய்.

130. காலத்தால் கிடைப்பது அனுபவம், அனுபவத்தில்
கிடைப்பதே ஞானம் ஆகும்.

14. இரு வரிக்கவிதைகள்

131. தேடல் உள்ள ஒவ்வொரு மனிதனும்
ஏதோ ஒன்றை தொலைக்கின்றான்.

132. பறவைகள் மட்டுமா பலவிதம், மனிதனின்
பிரச்சினைகளும், அதன் முடிவுகளும்தான்.

133. கோபம் என்பது நதியின் நீர்
நதிக்கரையைத் தாண்டுவதை போன்றது.

134. எதை விரும்புகிறாயோ அதை செய்
வெற்றி உன் வசப்படும்.

135. சாதிப்பவன் துன்பத்தை நேசிக்கிறான் இறுதியில்
இன்பத்தை அடைந்து விடுகிறான்.

136. இலக்கணத்தோடு வாழும் மனிதர்கள் எவருக்கும்
இங்கில்லை ஒருபோதும் தலைக்கணம்.

137. கற்றார் வாழ்வில் கல்லாதவராகவும், கல்லாதார்
வாழ்வில் கற்றவராகவும் வாழ்கிறார்கள்.

138. ஆரோக்கியமான வாழ்விற்கு தாய்ப்பால், ஆரோக்கிய
வாழ்விற்கு வேண்டும் முப்பால்.

139. எப்பாலுக்கும் ஈடு இணை இல்லை
இங்கு முப்பாலை தவிர.

140. வாழ்க்கையை விற்று செல்வத்தை பெருக்குவதில்
என்னப் பெருமை உள்ளது.

15. இரு வரிக்கவிதைகள்

141. தேவைப்படும்பொழுது கிடைக்காதது, தேவையற்ற நேரத்தில்
கிடைப்பதால் என்ன பயன்?

142. ஆத்திரம் என்பது எதையும் சரியாகச்
செய்யும் சூத்திரம் இல்லை.

143. பயணத்தை தொடங்கிவிட்டோம் பணயம் வைத்தாவது
வெற்றிப் பெற வேண்டும்.

145. சிலருக்கு இலட்சம் பெரிது, ஆனால்
சிலருக்கோ இலட்சியமே பெரிது.

146. மற்றவர்களுக்கு நிழல் தந்து உதவுவதாலே
மரம் உயர்ந்து நிற்கிறது.

147. உண்பதற்கோ, உறங்குவதற்கோ, உயிரெடுக்கவில்லை உண்மையாய்
உழைத்து உயர்வதற்கே உயிர்.

148. சோதனைக்கும் சாதனைக்கும் உன்னைவிடச் சரியானவர்
எவருமிலர் என்பதை உணர்ந்துப்பார்.

149. தேவையானது தேவையற்றவர்களிடமும், தேவையற்றது தேவையான-
வர்களிடமும்
உள்ளதே இந்த வாழ்க்கை.

150. உழைப்பின் வலியை ருசித்தால் அதன்
வலி என்றுமே தெரியாது.

16. இரு வரிக்கவிதைகள்

151. காரியவாதியிடம் பழகாதே கண்டிப்பாக உன்
மனதை காயம் செய்திடுவான் .

152.எந்தக் கவலையும் எதையும் மாற்றப்போவதில்லை
ஆதலால் மகிழ்ச்சிக் கொள்

153. வேதனைபடுத்தியவரை வேர்போலவும் அன்பு செலுத்தியவரை
மரம்போலவும் கருத வேண்டும்.

154. நியாயத்தில் கிடைக்கும் வெற்றி பலகாலம்
அநியாயத்தில் வெற்றி சிலகாலமே.

155. அறிவில் உண்மை,உண்மையில் தெளிவு
தெளிவில் கிடைப்பதே ஞானம்.

156. வலியை உணர்ந்தால், நல்ல வழி
கிடைத்துவிட்டது என்றே அர்த்தம்.

157. இன்பத்திற்கும் ஏனைய துன்பத்திற்கும் நம்
செயல்களின் வெளிப்பாடே காரணம்.

158. உன் ஆற்றலை நன்கு உணர்ந்து
செயலை தொடங்கி வெற்றியடை.

159. ஆற்றலில் சிறந்தாற்றல் அறிவாற்றல் அவ்வாற்றலை
செயலாற்றுவதே சிறப்பான ஆற்றலாகும்.

160. உன்னுள் உள்ள சோம்பேறி தனத்தை விலக்கினால்
வெற்றி உனக்கு உறுதி.

17. இரு வரிக்கவிதைகள்

161.மனம் தளர்ந்துவிட்டால் எடுத்த முயற்சியெல்லாம்
உன்னைவிட்டு விலகிச் செல்லும்.

162.சிந்திக்காமல் அவசரப்பட்டு செயல்படுவதால் யாருக்கும்
யாதொரு பயனும் இல்லை.

163 .உற்சாகம் இல்லாத உள்ளத்தால் உயர்வை
உரசிக்கூட பார்க்க முடியாது.

164.திடமான முடிவை எடுத்துவிட்டால் கடிதமானதைக்கூட
எளிதில் எட்டி விடலாம்.

165. உன்மீதே உனக்கு நம்பிக்கை இல்லையெனில்
யாரை நம்பி என்னப்பயன்

166. ஆழ்ந்து சிந்தித்து உன்னை சூழ்ந்துள்ள
களையைக் கலைந்து விடு.

167.வட்டம் போட்டு வாழ விரும்பாதே
திட்டம் போட்டு வாழ்ந்துவிடு.

168. தன்னுள்ளே மனம் அடங்கிவிட்டால் நம்
ஆடம்பரம் தானாக குறையும்.

169.வாழ்ந்ததற்கே அடையாளம் இருக்கப் போவதில்லை
இதற்காகவா இந்த அளப்பறை?

170. உன் வாழ்க்கையை வாழ்ந்துவிடு வேறொரு
வாழ்க்கைக்கிங்கு வாய்ப்பே இல்லை.

18. இரு வரிக்கவிதைகள்

171. நினைப்பதும் விதைப்பதும் ஒன்றுதான் விதை
முளைக்கும் வழிப் பிறக்கும்.

172. வலியைத் தருபவன் இன்று வலியை
விதைக்கிறான் அறுவடை செய்வான்.

173. சாதனை புரிந்து சரித்திரம் படைத்தவனுக்குச்
உயிர் பிரிந்தாலும் மரணமில்லை.

174. மனமே மகத்தான மருந்து புரிந்தால்
அதுவே உனக்கு நல் விருந்து

175. சோதிக்கப்படாமல் எப்பொருளும் எம் மனிதரும் சாதித்ததாகச்
சான்று எங்கும் இல்லை.

176. மனிதனின் வேதனையும் சோதனையுமே அவனை
சாதனையாளனாக மாற்றுகிறது இங்கு.

177. சாதித்தவர்கள் சாதனையாளர்கள் அல்ல, அதன்பால்
சரித்திரம் படைத்தவரே சாதனையாளர்.

178. சாதிக்க வேண்டியதைச் சாதித்து விடு
ஏனெனில் சாதிக்க வேண்டியது நிறைய உள்ளது

179. சாதிக்கத் துடிப்பவனுக்கு சோதனை என்பது
ஒன்றும் புதிதாக இருப்பதில்லை.

180. சாதித்தப் பலரும் பலச் சோதனைக்கு பின்னரே
சாதனை படைத்தவர்கள் ஆவர்.

19. இரு வரிக்கவிதைகள்

181. அமைதி உனக்கு அருமருந்து அதை
உணர்ந்து அதன் வழி நட.
182. வெற்றியில் நீ படைக்கும் சரித்திரமே
உனக்கு உண்மையான வெற்றி.
183. புகழப்படுவர் எல்லாம் ஒரு நாள்
இகழப்படுவர் என்பது உறுதி.
184. ஞானத்தால் ஞானிக்கு கிடைத்த மேலான
செல்வமே மௌனமாகும்.
185. மரத்தில் பழுக்கும் பழம் அதிகம்
பழுத்தால் கீழே விழும்.
186. சில நொடிகள் தாமதித்தால் பல
நொடிகள் மகிழ்ச்சியாக வாழலாம்.
187. தேடலின் முடிவு தெளிவு, தெளிவின்
முடிவே தேடலின் தொடக்கம்.
188. முழு முயற்சியுமின்றி முறையான பயிற்சியிமன்றி
எப்படி எதிர்பார்க்கிறாய் மகிழ்ச்சியை.
189. உன்னோடு நீ பழகி பார் உனக்கே
தெரியும் நீ யாரென்று.
190. உன்னை நீ நேசித்தால் பிறரை
நீ நேசிக்க மறப்பாய்.

20. இரு வரிக்கவிதைகள்

191.பிஞ்சு குழந்தையின் வஞ்சமில்லா சிரிப்பு
புண்பட்ட நெஞ்சையும் பூவாக்கும்.

192.குற்றமுள்ள நெஞ்சே, குற்றமற்ற நெஞ்சை
குறிவைத்து குற்றம் செய்கிறது .

193.பகட்டிற்குள்ள மரியாதையிங்கு உண்மைக்கு இல்லை
என்பதே நிதர்சனமான உண்மை.

194.பொய்தான் முதலில் மின்னுகிறது உண்மை
பின்புதான் வெளிச்சத்திற்கு வருகிறது.

195. நம்மில் ஏற்படும் பலமனக் காயங்களுக்கு
மறதியைப்போலொரு மாமருந்து இல்லை.

196.யாத்திரையில் எதற்கு முகத்திரை நினைவில் கொள்
உனக்குண்டு இங்கு நித்திரை.

197. தியானம் என்பது மனதை தூய்மையாக்கும்
உன்னதக் கலையே ஆகும்.

198. மழலை மொழிக்கு ஈடு இல்லை
இதுவரை எந்த மொழியிலும்.

199. உன் உள் மனதில் பூட்டி வைத்துள்ள
உண்மையே, உண்மையான உண்மை.

200. எண்ணத்தில் வார்த்தைகள்,வார்த்தைகள் சிந்தனை
சிந்தனையில் சிறந்த வாழ்க்கை.

21. இரு வரிக்கவிதைகள்

201. வா கற்க வா, மாறுமா
கைரேகை மாயமா தோனாதோ?
202 சிறகை விரித்து பறந்துச் செல்
அறிவைப்பெற்று வாழ்வை வசந்தமாக்கு .
203.எதிர்காலத்தைப் பூர்த்தி செய்ய நிகழ்காலத்தை
விரயம் செய்பவனே மனிதன்.
204.தனக்கென வாழாத வாழ்க்கை, பின்னாலில்
இவ்வுலகில் புகழ்ந்து போற்றப்படும் .
205.மன உளைச்சலும் பதற்றமும் மனிதனை
மரணிக்க முயற்சிக்கும் காரணிகள்.
206.நேர்மையைப்போலொரு ஆயுதம் இல்லை பொறுமையைப்போல்
ஒரு மந்திரம் இல்லை.
207.எவருக்கும் இங்கு வேலை இல்லை,
வந்த வேலை முடிந்துவிட்டால்.
208.சலிப்புடன் செய்தால் எதிலும் பின்னேற்றம்
களிப்புடன் செய்தால் முன்னேற்றம்.
209. எண்ணங்களும், வானத்து நட்சத்திரகளும் என்றுமே
எவராலும் எண்ண முடியாது.
210. அறிவில்லா ஆர்வமும், ஆர்வமில்லா அறிவும்
எந்த பயனும் தரா.

22. இரு வரிக்கவிதைகள்

211. துடிப்பான வேலையைப் பற்றி துடிப்பான
வாழ்க்கையை நீ தொடங்கு .

212.உண்மையான உழைப்பின் வலிக்கு என்றுமே
உறுதியான வலிமை உண்டு .

213.உன் வாழ்க்கை எப்படி வாழ
ஆசைப்படுகிறாய் ஆனந்தமாகவா ஆடம்பரமாகவா?

214.ஆடம்பர வாழ்க்கையில் அமைதியும், அமைதியான
வாழ்க்கையில் ஆடம்பரமும் இருக்காது.

215.பணிவு உள்ள எவரிடமும் துணிவு
இல்லை என்று அர்த்தமில்லை.

216.பொறுமை உள்ளவரிடம் பொறாமை இருக்காது
பொறாமையுள்ளவரிடம் பொறுமையும் இருக்காது.

217.பெற்றத் தெய்வங்களை வீட்டில் வைத்துவிட்டு
கோவிலை நாடுவதில் அர்த்தமில்லை.

218.எதிர்பார உதவி செய்வோருக்கு எதிர்ப்பாரா
உதவி கிட்டியே தீரும் .

219.துரோகம் செய்து துன்பத்தைத் தந்தவருக்கு
துரோகமும் துன்பமும் துணை.

220. வதந்தியாக இருந்தாலும் அது வந்தவனுக்குத் தான்
தெரியும் அதன் வலி.

23. இரு வரிக்கவிதைகள்

221.வாய்ப்பை இழந்து வாழ்பவனுக்கு மீண்டுமிங்கு
வாய்ப்புமில்லை வாழ்க்கையும் இல்லை.

222. அறிவின் முதிர்ச்சி ஞானம்ல் நற்செயல்களின்
முதிர்ச்சி புண்ணியமாகும்.

223. நட்பும் கற்பும் ஒன்றுதான் என்றுமே
இரண்டையும் இழக்கக்கூடாது .

224.நன்றியை மறந்தவர்கள் எல்லாம் மனிதர்கள் என்றால்
நன்றியை செய்தவர்கள் தெய்வங்களே.

225.என்று என்பது நன்று ஆனால்
இன்று என்பது மிக நன்று.

226 அன்பு என்ற பெருங்கடலை அளந்தோறும்
கடந்தோறும் எவருமில்லை.

227.பேராசை என்ற நோயை விட
கொடியது எதுவும் இல்லை.

228. நம் செயல்பாடு ஒவ்வொன்றுக்கும் நேர்முக
மறைமுக தாக்குதல் உண்டு.

229 . மன்னிப்பது என்பது தலைகுனிவு அல்ல
அது மனிதனின் மாண்பு.

230. ஒவ்வொரு நாள் என்பதும் ஒரு
புத்தகம் சிலருக்கே புரியும்.

24. இரு வரிக்கவிதைகள்

231. நாளை நாளை, என்று நாளை
நகர்த்தினால் நாள் மட்டுமே நகரும்

232. பழிசொல்ல ஆயிரம் பேர், வாழ
வழி சொல்ல சிலபேர் மட்டுமே .

233. பொறுமையே தவம் திருப்தியே இன்பம்
இரக்கமே உயர்ந்த அறம் .

234. எண்ணற்ற எண்ணங்களை எண்ணிய எவருக்கும்
எதுவும் எளிதில் கிட்டியதில்லை.

235. விளக்க வேண்டியதை விளக்க வேண்டியதால்
விரும்பி வேண்டி விளக்கு.

236. உழைப்பில் உறுதிக் கொண்டு உண்மையாய்
உழைத்தால் உழைப்பே உயர்வு.

237. உழைத்தலில் நன்று உடல் வருத்தி
உழைத்தல் மிக நன்று.

238. சினத்தை அடக்கி வாழாதான் வாழ்க்கை
பிணத்திற்கு ஒப்பாக மாறிவிடும்.

239. எச்செயலையும் எளிதாக செய்துடுவார் செய்யர்
வித்தகர் எனப் போற்றபடுவார்.

240. ஓம் என்ற மந்திரமே நமக்கு
வாழ்வின் ஒளி விளக்கு.

25. இரு வரிக்கவிதைகள்

241. தமிழ்த் தாயை வணங்கினால் தரணியிலே
தலை நிமிர்ந்து தழைக்கலாம்.

242. மனமென்னும் குளத்தில் சினமென்னும் கல்லைப்
போட்டு குழப்பி விடாதே.

243. செப்பம் உடையவர் நட்பு என்றும்
திறந்த நூலை போல.

244. பிரச்சினை இல்லா மனிதனில்லை பிரச்சினை
இல்லாதவன் மனிதனே இல்லை.

245. நன்றி மறந்தவன் நட்பு புவிதனிலே
பன்றியுடன் கொண்ட நட்பு.

246. முயற்சி உன்னை உயர்த்தும் விடாமுயற்சி
உச்சத்திற்கே கொண்டு செல்லும்.

247. இல்லாதவர்களுக்கு செய்யும் சேவை இறைவனுக்கு
செய்யும் சேவை ஆகும்.

248. பின்னாலிருந்து நீ விமர்சிக்கப்பட்டால் நினைத்துகொள்
நீ முன்னால் நிற்கிறாயென்று.

249. காற்றின் சிக்கனம் தென்றல், ஆனால்
அதன் ஆடம்பரம் சூறாவளி.

250. தவறிப்போன, பயணிக்காத, நடக்காத அனைத்தையும்
நினைப்பதால் எதும் ஆகப்போவதில்லை.

26. இரு வரிக்கவிதைகள்

251. தன்னிலை அறிந்து, இந்நிலையை மாற்றி
உன் நிலையை உயர்த்து.

252. எந்த முடிவையும் மாற்ற முடியாதென்றால்
முடிவுக்கே முடிவு இல்லை.

253. முயற்சிக்கு அற்பணி கடமைக்கு அடிப்பணி
இதுவே வாழ்வில் நற்பணி.

254. பணமும் நடிப்பும் வஞ்சகர்கள் எளிதில்
நெஞ்சை கொள்ளையயடித்து விடுவார்கள்.

255. கோபமே ஒருவரை பிணமாகவும், பிணமாக்கவும்
வல்ல ஆயுதமே ஆகும்.

256. இகழப்படுகிறார் என்றால், புகழை இங்கு
தொட்டுவிட்டார் என்றுதானே அர்த்தம்.

257. மனதை ஆட்சி செய்பவனே, மனசாட்சிக்கு
சிறந்த அரசன் ஆவான்.

258. மண்ணின்மீது காதல்கொண்ட ஒருவருக்கு விண்ணில்தானே
திருமணம் நிச்சயிக்கப்பட வேண்டும்.

259. மனிதனை நேசி, மனிதத்தை சுவாசி
மனிதன் என்றால் யோசி.

260. பிறரின் அறிவை கவனி ஆனால்
உன் அறிவைப் பயன்படுத்து

27. இரு வரிக்கவிதைகள்

261. உன் மனதினால் பறந்துப்பார் நீ
யாரென்பது உனக்கு புரியும்

262. ஏக்கத்துடன் வாழ்வதைவிட ஊக்கத்துடன் வாழ்ந்துப்பார்
உயர்ந்து விடுவாய்.

263. மருந்தென வேண்டா யாக்கைக்கு ஏனென்றால்
மனமே என்றும் மருந்து.

264. கவலையும் கடல் அலையும் ஒன்றுதான்
வந்த வழியே செல்லும்.

265. சமநிலையில் வாழப் பயணித்தால் வாழ்வு
என்றும் எப்போதும் ஆனந்தமே.

266. உன்னின் முயற்சி அதனின் பயிற்சி
அதுவே வாழ்வின் தேர்ச்சி.

267. தேடிக் கிடைக்காததென ஏதுமில்லை தேடிப்
பார்க்காதவையே வாழ்வில் கிடைக்காதவை,

268. எல்லார்க்கும் மெல்லா மென்பா ரவரே
எல்லோர்க்கும் பொல்லானாம் நாடு.

269. எல்லார்க்கு மெல்லாம் வேண்டு மாதலால்
எவரிடமும் பாகுப்பாடு காட்டாதீர்கள்

270. எல்லார்க்கு மெல்லா மெனும் எண்ணுவார்
என்றும் ஏற்றம் பெறுவார்.

28. இரு வரிக்கவிதைகள்

271. கொடுப்பவன் அழியமாட்டான், கெடுப்பவன் கேடு
நினைப்பவன் என்றும் வாழமாட்டான்.

272. அள்ளித் தருபவர் வாழ்வே உயர்வு
என்றுமில்லை அவருக்குத் தாழ்வு.

273. பிறந்தாய், தவழ்ந்தாய், படித்தாய், வளர்ந்தாய்,
உயர்ந்தாய், வாழ்ந்தாய் போவாய்.

274. எல்லையில்லா உலகில் எல்லையை மீறினால்,
எல்லையை விரைவில் கடப்பாய்.

275. அணையைக் கடக்க தண்ணீர் அஞ்சியதில்லை,
பிரச்சினையைக் கடக்க அஞ்சாதே.

276. வரம்பு மீறி வாழும் வாழ்வு நம்
நரம்பு தளரும்போதுதான் தெரியும்.

277. தன்னறிவின் சுயப் பரிசோதனையே என்றும்
வாழ்வின் மெய் ஞானம்.

278. நதியின்நீர் பின்னோக்கி பாய்வதில்லை அதுபோல,
வாழ்வில் பின் வாங்காதே.

279. முந்தியவன் பிந்தியவனைப் பாரான் பிந்தியவன்
முந்தியவனை ஒருபோதும் விடான்.

280. தன்னின் சீர்திருத்தம் என்றும் வாழ்வில்
மெய்வருத்த ஏற்றம் தரும்.

29. இரு வரிக்கவிதைகள்

281. மௌனத்தைவிட மனிதனை செம்மையாக்கும் சிறந்த
மருந்து யாதொன்றும் இல.

282. அமைதியில் உன்னைத் தேடு நீ தேடுவது
உனக்குக் கிடைத்தே தீரும்.

283. அழிந்தாக வேண்டுமா? ஆணவம்கொள்,வாழ்ந்தாக
வேண்டுமா? அமைதிக் கொள்.

284. எந்த உயிரினமும் பொறாமை கொள்வதில்லை
இங்கு உன்னை தவிர.

285. உன் பொறாமை உன்னின் ரணமே
மறந்துவிடு வந்தக் கனமே.

286. பிறருக்கு துன்பம் கொடுக்காமல் வாழ்ந்துப்பார்
வாழ்வு என்றும் வரமாகும்.

287. முடிவில் இரக்கம் காட்டாதே அதுபோல
செயலில் சுனக்கம் காட்டாதே.

288. சாந்தமும் சமாதானமும் மனிதனின் அனைத்து
துன்பங்களுக்கும் என்றும் அருமருந்து.

289. உன் மனம் மாறினால்தானே உன்
குணம் உனக்குள் மாறும்.

290. மனதை அமைதியாக்கி அதனுடன் பேசுங்கள்
தெளிவான சிந்தனை உதயமாகும்.

30. இரு வரிக்கவிதைகள்

291. மனதோடு பேசும் மகிமை தனிமை
மகிழ்வோடு வாழ்வதும் தனிமையே.

292. பிறர் உழைப்பை பார்த்து உன்
உழைப்பை நழுவ விடாதே.

293. நேரத்தை நீ கைவிட்டாலும் நேரம்
உன்னை என்றும் கைவிடாது.

294. உனக்கான நேரம் உனதாகும்வரை காத்திரு
உனக்கானது உன்னை நாடிவரும்.

295. வருவதை ஏற்று வாழ்ந்துப்பார் என்றும்
வாழ்க்கை உன் வசப்படும்.

296. நிம்மதியைத் தேடுகிறாயா கிடைக்காது ஏனெனில்
அது உன்னிடம்தானே உள்ளது.

297. கவலைகளை சுமக்காதே, குப்பையைப்போல வெளியேற்று
கவலையே நோய்க்கு காரணமாகும்.

298. அதனால் என்ன? அடுத்தடுத்து என்ன?
வாழ்வின் இரு சூத்திரங்கள்.

299. எதையும் கடந்து செல்லவே இவ்வாழ்வு
ஆகவே கடந்து செல்.

300. உன்னில் உதித்ததையும் உனக்காக விதித்ததையும்
எவராலும் தடுக்க இயலாது.

31. இரு வரிக்கவிதைகள்

301. எல்லார்க்கு மெல்லா மென்பா ரவரே
எல்லோர்க்கும் பொல்லானாம் நாடு.

302. எல்லார்க்கும் நன்மை பயக்கும் செயலே
எல்லாம் அவன் செயல்.

303. யாவரு மிங்கு நல மென்றால்
யாவரு மெல்லாம் பெற்றோராவர்.

304. எல்லார்க்கு மெல்லாம் வேண்டு மாதலால்
எவரிடமும் பாகுப்பாடு காட்டாதீர்.

305. ஈன்ற தாயும் பேணும் தந்தையும்
தரணியின் தவப் புதல்வர்கள்.

306. எல்லாரிடமு மெல்லா மிருந்தால் எவர
மிங்கு ஏழை யில்லை.

307. கொடுப்பவர் கோடி இன்பத்தையும், கெடுப்பவர்
கோடி துன்பத்தையும் பெறுவர்.

308. எல்லார்க்கு மெல்லா மெனும் எண்ணுவார்
என்றும் ஏற்றம் பெறுவார்.

309. கொடுப்பவன் அழியமாட்டான் கெடுப்பவன் கேடு
நினைப்பவன் என்றும் வாழமாட்டான்.

310. அள்ளித் தருவா ரவரேப் பெரியர்
கிள்ளித் தருவார் சிறியர்.

311. அள்ளித் தருபவர் வாழ்வே உயர்வு
அவருக்கு இல்லை தாழ்வு.

32. இரு வரிக்கவிதைகள்

312. அன்பிற்கு அழகு பண்பு பண்பிற்கு
என்றும் அழகு பணிவு.

313. எண்ணியதை எண்ணிக் கொண்டே இரு,
என்றும் எண்ணுவதெல்லாம் உயர்வு.

314. வரும் காலம் நமது என்றால்
வருவது வந்தே தீரும்.

315. சிதறாதச் சிந்தனை என்றும் பதறாத
வெற்றிக்கு வழி வகுக்கும்.

316. அகரத்தின் ஆரம்பமே சிகரத்தை எட்டுவெதற்கு
வித்தாக என்றும் அமைகிறது.

317. உப்பிட்டு வாழ் ஒப்பிட்டு வாழாதே
அதில் வாழ்வு இல்லை.

318. உன் மனதை மாற்றிக்கொண்டால் உன்
வாழ்வை எளிதாக மாற்றிவிடலாம்.

319. கண்களும் இதயமும் இல்லை எனில்,
துன்பமும் தொல்லையும் இல்லை.

320. உன்னை உயர்த்த உன்னைவிட சிறந்த
நண்பன் எவரும் இங்கில்லை.

321. துன்பத்தைக் கொஞ்சிப் பார் இன்பம்
உன்னை தேடி வரும்.

322. நம்முள் எழும் எண்ணங்கள் யாவும்
வாண வேடிக்கை போன்றது.

33. இரு வரிக்கவிதைகள்

323. தவறாகப் புரிந்து கொள்வோரைத் தவறாகப்
புரிந்து கொள்வது மிகத்தவறு.

324. ஒப்பிட்டு வாழ்பவன் வாழ்க்கை வாழ்ந்தும்
வாழாத வாழ்க்கை ஆகும்.

325. சிரமத்தில்கூட சிரித்து பார் தோல்வி
உன்னை நெருங்க மறுக்கும்.

326. பிறர் மனதை நற்செயல்களால் வெல்பவரே
மனிதருள் மாணிக்கம் ஆவார்.

327. உனக்கானது உனக்கானது என்றால் உனக்கானது
உன்னை நாடி வரும்.

328. கோபம் வார்த்தையில் இருத்தலும் அன்பு
மனதில் இருத்தலுமே அறம்.

329. நம்மை நாமே செதுக்கிச் சீர்பட
வாழவைப்பது நமது அவமானம்.

330. எண்ணத்தில்தானே வாழ்க்கை பிறகு வாழ்க்கையில்
ஏன் கெட்ட எண்ணம்?

331. யாதொன்றிலும் யாதொன்றாகி தீதொன்றும் செய்யா
மனிதரே சிறந்த மனிதராவார்.

332. உழைப்பில் இல்லையேல் பக்தி, உயர்வில்
இல்லை என்றும் சக்தி.

333. தேடுவதைத் தேடு, தேவைப்பட்டால் தேடு,
தேடுவதை நிதானமாகத் தேடு.

34. இரு வரிக்கவிதைகள்

334.இன்பமும் ஈரமும் உள்ளவர்க்கு என்றும்
துன்பமும் துயரமுமே நண்பர்கள்.

335. இறையின்றி இரையில்லை விதையின்றி வித்தில்லை
அதுபோல உழைப்பின்றி உயர்வில்லை.

336.பொய்யென வாழ்வார் வாழ்வாங்கு மற்றிங்கு
மெய்யென வாழ்வோர் வாழ்க்கை.

337.துன்பத்துள் துன்பம் அத்துன்பம் மனத்துன்பம்
துன்பத்துள் எல்லாம் தலை.

338. எல்லாம் தமக்குரியர் பணிந்தவர்
என்பும் உரியவர் பிறர்க்கு.

339.புகழ்ச்சியை விரும்பாதார் இவ்வுலகில் என்றும்
இகழ்ச்சி அடைவதே இல்லை.

340.பிறர் நிலை உணராதான் வாழ்க்கை
என்றும் பிணத்திற்கு ஒப்பாகும்.

341.கல் நெஞ்சம் கொண்டவர் வாழ்வு
என்றும் கல்லாதவர்க்கு ஒப்பாவர்.

342.பற்றில்லா வாழ்வைப் பற்றினால் பற்றற்ற
வாழ்வை எளிதில் எட்டலாம்.

343.தடங்களை எண்ணி வருந்தாமல் முன்னேறினால்
தடம் பதித்து விடலாம்.

344.ஒரே வழியாக இலக்கை நோக்கிச் சென்றால்
ஒருவழியாக வெற்றியை அடையலாம்.

345.தன்னைவிட சிறப்பான ஒருவரை உருவாக்குபவரே
தன்னலமற்ற மனிதர் ஆவார்.

35. உயிர்தாய் எழுத்துக்கள்

அ என்ற எழுத்தை சொல்லி
ஆனந்தமாய் தாலாட்டி
இன்பமாய் பார்த்து கொள்ளும்
ஈரமுள்ள மானிடம்
உண்பது இன்றி உறக்கமுமின்றி
ஊர் பேர் சொல்ல
எப்பொழுதும் உன் நினைவில்
ஏக்கம் கொள்ளும்
ஐந்தடக்கம் கொண்டு
ஒரு நாளும் உனை மறக்காமல்
ஓயாமல் நினைத்து பார்க்கும்
ஔவையே தான் தாய்.

36. நண்பன்

நம் துன்பத்திற்கு மருந்தாய்
துயர்துடைக்கும் அருமருந்தாய்
எப்பொழுதும் நமக்காக உளதாய் இருக்கும்
ஒரு ஜீவன் – நண்பன்.

37. நட்பு

நல்ல நண்பனை தேர்ந்தெடுத்து
நாள்தோறும் உள் நினைத்து
நற்செயல் பல செய்து
நன்றிவுள்ள நண்பனாய் இருப்பதே
நல்நட்பு.

38. குயிலின் ஓசை

யார் என்று தெரியாமல் தன்னுள்
எழும் மனக்கவலையை
தன் சத்தத்தால் உணர்த்தும்
குயிலின் ஓசை நமக்கு அழகுதான்
ஆனால் அதன் சலனம்
நாம் ஒருபோதும் அறிவோம்.

39. இரண்டு நிமிடம்

பிரசவத்தின் உச்சத்தின் இரண்டு நிமிடத்தில்
குழந்தை பிறக்கிறது.
பிரச்சனையின் உச்சத்தில் இரண்டு நிமிடத்தில்
சண்டை நடக்கிறது.
கோபத்தின் உச்சத்தில் இரண்டு நிமிடத்தில்
கலவரம் நடக்கிறது.
இரு கண்களின் கவர்ச்சியின் இரண்டு நிமிடத்தில்
காதல் பிறக்கிறது.
கட்டுப்படுத்த முடியா உணர்ச்சியின் விளைவு
இரண்டு நிமிடத்தில் முடிகிறது.
வாழ்க்கையின் விளிம்பில் உள்ளவர்களின்
உயிர் கூட இரண்டு நிமிடத்தில் முடிகிறது.
எல்லாம் இரண்டு நிமிட வாழ்க்கை தான்
ஆனால் இரு நாட்டுச் சண்டை, இரு வீட்டுச் சண்டை
இவை இரண்டும் அதிகம் தான்.

40. சரித்திரம் படை

• 40 •

பூக்கள் பூப்பது மலர்வதற்காக மட்டுமல்ல
வாசனை தருவதற்கும்தான்
மனிதனின் பிறப்பு வாழ்வதற்காக மட்டும் அல்ல
சாதிப்பதற்காகவும் தான் ,
சந்ததியை மட்டும் விட்டு செல்வது
மனிதனின் நோக்கமன்று
சரித்திரம் படைப்பதும் தான்.

41. உழைத்திடு உயர்ந்திடு

மனிதனாகப் பிறந்த எவரும்
இம்மண்ணுக்கு பாரமன்று
மண்ணில் ஊன்றிய விதை
மரமாக வளர்வது போல்
தழைத்தோங்கு மனிதா!
உயிர்த்தெழுந்த உனக்கு
விழித்தெழ முடியாதா?
விழித்திடு! உழைத்திடு! உயர்ந்திடு!

42. அன்னை

அவள் கண்மூடி
நம் கண் திறந்து
நாம் கண்மூட
அவள் கண் விழித்து
நம்மை ஆளாக்க
அவள் படும்பாடு அரும்பாடு
நமக்காகவே வாழும்
ஒரு தெய்வம் தான்
நம் அன்னை.

43. கவிஞர்கள்

கற்பனை போதையில் தனைமறந்து
தன் உடல் சிலிர்த்து
வார்த்தைகளை வரிகளாக்கி
காவியங்கள் பல படைத்து
காலத்தால் அழியாமல் உயிர் வாழும்
மனித தெய்வங்களை கவிஞர்கள்.
மொட்டுக்களை போன்ற வார்த்தைகளை
பூக்கள் போன்ற வரிகளாக்கி
நறுமணம் போன்ற நடையில்
கவிதை பூக்கள் தொடுப்பவர்களே கவிஞர்கள்.

44. உனக்கு வேணும்

உனக்கு வேணும், உனக்கு வேணும்,
உழைப்புதானே உனக்கு வேணும் மனிதா!
கடின உழைப்பு தானே உனக்கு வேணும் மனிதா!
உழைப்பில்லா ஊதியம்
உயிரற்ற சம்பாத்தியம் மனிதா
இதை உணர்ந்து நீயும் உழைத்திடுடா மனிதா!
உயிருள்ள யாருமிங்கே
உன்னை போல உழைத்திடாமல்
உண்ண இங்கு விரும்பவில்லை மனிதா!
உணவை உண்ண இங்க விரும்பவில்லை மனிதா
உழைப்பில் மிக உறுதிக் கொண்டு
உயிர்ப்போடு உழைப்பாயானால்
உறுதியான உயர்வு உண்டு மனிதா!
உனக்கு உறுதியான உயர்வு உண்டு மனிதா!
உயிர் காக்க உழைத்திடுடா மனிதா!
உள்ளம் உயர நீயும் உழைத்திடுடா மனிதா!
உள்ளம் உயர நீயும் உழைத்திடுடா மனிதா!

45. நிலையென்பது நிலையே இல்லை

அடிக்கடி நிலை மாறும்
நிலை இல்லையெனில்
மனிதனின் ஆயுளே நிலை மாறிவிடும்.
மனநிலை, பணநிலை பொருத்து மாறும்.
உடல்நிலை, மனநிலை இவையிரண்டும்
பண நிலை பொறுத்து மாறும்.
அந்த நிலை வந்தாலும்
நிலை என்பது நிலையே
இல்லை என்பதே நம் நிலை.
தற்காலிகக் கடவுச்சீட்டு கடவுளிடம் பெற்ற
நீ நிலையான முகவரி என்று எண்ணி
உன் நிலையை மறந்துவிடுகிறாய்
இது தான் உன் நிலையே.

46. உன்னைத் தேடு

உன்னைத் தேடு மனிதா உன்னைத் தேடு

உன்னில் தேடு அதை நீ உன்னில் தேடு

உன்னை நீயும் விரும்பினாலே

உள்ள மிங்கு மகிழ்ந்திடுமே.

உன்னை நீயே விரும்பினாலே

உள்ள மிங்கு மகிழ்ந்திடுமே.

உன் மனதை புரிந்து கொண்டால்

உயர்வு இங்கு கிடைத்திடுமே

உன்னை நீயும் தெரிந்து கொண்டால்

உலகம் இங்கு உனக்குள்ளே

உயரத்தில் பறந்திடுவாய்

உயர உயர பறந்துடுவாய்

உன்னை வெல்ல

எவருமிங்கு பிறக்கவில்லை

உன்னை நீயும் புரிந்து கொண்டால்

உலகம் உந்தன் கைக்குள்ளே .

உன்னைத்தேடு மனிதா உன்னைத் தேடு

உன்னைத் தேடி, தேடி நீயுமிங்கு அலைகிறாய் அதை

உன்னில் நீயும் தேடாமலேயே

உயிரை மாய்த்து போகின்றாய்

உன்னைத் தேடு மனிதா உன்னை தேடு

உன்னில் தேடு அதை நீ உன்னில் தேடு.

47. விவசாயி

• 47 •

கடனை உடனே வாங்கி
இங்க கடலை போட்டு
அதுக்கு வஞ்சி வாய்க்கால் தண்ணீர் விட்டு
களை எடுத்து கடலை மண்ணில்
புதைய கண்டு மனம் மகிழ்ந்து
விவசாயி பூரித்து போகிறானே
செடியப் பார்த்து
பத்து கடலை எட்டுக்கடலை இருக்கும் என்று
கனவு கண்டு கடக்கிறானே பயபுள்ள
மழை மாரி பொழியும் என்று
வயலில்தானே நிற்கிறானே விவசாயி
செடிய பிடுங்கி பார்த்தாப் பத்துமிங்கு பதராச்சு
மக்க இங்க தவிக்கிதய்யா
வயலுக்கு போனவன்தான் வாடித்தான் வந்தானே
வாசலில் நின்னானே ஏமாந்த சோகத்தில்
ஏமாத்திட்டான் குடும்பத்தையே
ஏழை கண்ணீர் வடிக்குதய்யா
நம்ப கண்ணும் கலங்குதய்யா.

48. உழைப்பு

உழைக்கும் மனிதா
உயர்ந்த நோக்கில் உழை
உயிர் வாழ உழைக்காதே
உயர்நோக்கில் உழை
உன் உழைப்பு உனக்கு
உன்னதமான உயர்வை தரும்.
தூண்டுதல் இல்லா உழைப்பு, வேண்டியதை தரும்
துடிப்பில்லா உழைப்பு, வேதனையைத் தரும்
பிடிப்பில்லா உழைப்பு, சோம்பலைத் தரும்
வஞ்சனையில்லா உழைப்பு வாழ்க்கையைத் தரும்.

49. எண்ணம்

எண்ணங்களின் மாறுதலே
முடிவுகளின் மாற்றங்கள்
எண்ணங்களில் மாற்றமில்லையெனில்
முடிவுகளில் ஏற்றமில்லை.
நேர்மறை எண்ணங்களுக்கு
எதிர்மறை முடிவு வரப்போவதில்லை
தெளிவானச் சூழலும் தெளிவான எண்ணமுமே
மிகச் சரியான முடிவை தரும்.
எண்ணமமாற்றுங்கள்
ஏற்றமதை பெறுங்கள்.

50. உனக்கானது

எனக்கு கிடைக்கவில்லையென
ஏங்காதே வாய்ப்பை
ஏற்படுத்திப் பார்
உனக்கானது உன்னைத் தேடி வரும்.
உனக்கானது உறுதியாகிவிட்டால்
உன்னைத் தவிர அது எவருக்கும்
கிடைத்திடாது இது புரியாமல்
புலம்புவதே மனிதனின் மகத்துவமே
உனக்கானது உனக்கானதே.

51. தீ மூட்டாதே.

நீ மூட்டியத் தீயிற்கு நீயே முதலாளி
மூட்டியதுநீஎன்றாலும்
வலி வேறொருவருடையது
என்று தானே மூட்டினாய்
நீ மூட்டியத் தீ உன்னை நோக்கி
கண்டிப்பாக வரும் உன் கங்கு
உனக்கும் உண்டு அதில் பங்கு
காத்திருக்கு உனக்கு சங்கு
யார் வாழ்விலும் தீ மூட்டாதே
உனக்கும் அது திரும்ப வரும்.
தீ மூட்டாதே தீ மூட்டாதே

52. காத்திருப்பு

காத்திருப்பு சிலரால் மட்டுமே முடியும்
வேகமான உலகில் வேகமாக மறக்கப்பட்ட சொல்
காத்திருப்பு காலம் வரும் வரை கனிவுடன்
இருத்தலே பொறுமை
பொறுமையுடையவன் காத்திருப்பான்
பொறாமையுடையவன் பொங்கிடுவான்
காத்திருப்பு வாழ்வின் வினை
பொறுமையே அதற்கு இணை
உன்னில் உன்னை நினை
கட்டுப்படுத்து உனை
காலம் வந்தால் கனியும்
பதட்டம் வேண்டாம் இனியும்.

53. நேரம் நல்ல நேரம்

நேரத்தை நீ கைவிட்டாலும்
நேரம் உன்னை கைவிடாது
எல்லாவற்றிற்கும் நேரம் பார்த்தும்
நேரத்திற்கு சில நடைபெறா.
நேரத்தை கைவிட்டவர் பலர்
கேட்டால் நேரம் சரியில்லையென்பார்
நேரமிருந்தும் நேரமில்லையென்பார்
நேரத்தை தொலைத்து நேரம் வருமெனக்
காத்திருப்போர் பலர்
நேரம் வரும்வரை காத்திரு.
உனக்கான நேரம் உளதாகும்
எல்லாம் நேரமும் நல்ல நேரமே
வீறிடு வென்றிடு.

54. வாழ்ந்துப் பார்

• 54 •

கடனின்றி வாழ்ந்து பார்
கவலை இருக்காது
நோயின்றி வாழ்ந்து பார்
முதுமை இருக்காது
பகையின்றி வாழ்ந்து பார்
சிரமம் இருக்காது
எதையும் நினைத்து
எதற்கும் ஏங்காதே
எதுவும் எதுவும் ஆகப் போவதில்லை
உன் வாழ்க்கையை வாழ்
உனக்காக வாழ்ந்து பார்
வருவதை ஏற்றுக்கொள்
வாழ்ந்து பார் வாழ்க்கை
உன் வசப்படும்.

55. ஓவியமான எண்ணங்கள்

வெளிப்பட்ட எண்ணங்களை
செயல்படுத்தி, மாறாமல் மனதில்
பதியும் ஒன்றாம் அவையே
ஓவியமான எண்ணங்கள்
ஒளிமயமான எதிர்காலத்திற்கு
ஓவியமான எண்ணங்கள் தேவை
எண்ணங்கள் மாறினாலும்
எண்ணிய உள்ளம் மாறாது
எண்ணியதை எண்ணியபடி
முடித்தால் எண்ணியவை
ஓவியமான எண்ணங்களாக
மனதில் பதியும் ஆழமாக
எண்ணுங்கள் ஓவியமாக,
ஓவிய எண்ணமாக மாற்றுங்கள்.

56. ஏக்கம்

கானல் நீராய் நீ
தாகம் எடுத்தவனாய் நான்
உன்மீது நான் கொண்ட ஏக்கம்
ஏக்கத்தின் வலி எதிரிக்கும் வேண்டாம்
ஏக்கத்தின் பெருமூச்சு
எவருக்கும் வேண்டாம்
ஏக்கம் கொண்டேன்
தூக்கம் தொலைத்தேன்
ஏக்கம் இயலாமையின் இறுமாப்பு
கண்ணிருந்தும் காதிருந்தும்
பார்க்க முடியா கேட்க முடியா
நொடிகளின் வேதனை
இறப்பிற்கு ஒப்பாகும் ஏக்கம் கொள்ளாதீர்
வலியால் வாடாதீர்.

57. நீயே நீயே

என் கனவும் நீ
என் நினைவும் நீ
என் இதயம் நீ
என் துடிப்பும் நீ
என் காதலும் நீ
என் நாமமும் நீ
என் ஆன்மாவும் நீ
என் ஆயுளும் நீ
என் மூச்சும் நீ
என் பேச்சும் நீ
என் முதலும் நீ
என் முடிவும் நீ
இறைவா நீ.

58. மனிதன்

மிதப்பதால் தான் அது கப்பல்
நீந்துவதால் தான் அது மீன்
வாழ்க்கையை வாழ்வதால்தான் நீ மனிதன்.
வழங்கப்ப

59. உழைப்பை ருசி

• 59 •

நினைந்து நினைந்து
மனம் உருகி உருகி
உழைத்து உழைத்து
உன்னை செதுக்கி
உயர்ந்து பார்.
உயர்வின் ருசியை
உன்னைவிட ருசித்தவன்
எவருமிலன்.

60. நிம்மதி

நிம்மதி இது வார்த்தையல்ல
இது வாழ்வின் தத்துவம்
எங்கே நிம்மதி இதை தேடவா
இவ்வாழ்க்கை பலரும் தேடுகிறார்கள்
ஏனோ சிலருக்கே
கிடைக்கிறது அது மனதின் தெளிவு
எங்கும் கிடைக்காது எவராலும்
தர இயலாது. நிம்மதியை
தேடி அலைவதால் ஒன்றும்
ஆகப்போவதில்லை ஏனென்றால்
உன் மனதை தவிர வேறொன்றும்
இதற்கு மாற்றாக இருக்க
வாய்ப்பே இல்லை.

61. வினா விடை

விடை தெரியாப் பயணம்
பல கனவுகளுடன் தொடங்கி
ஏதோ தெரிந்ததை போல்
ஏனோ செல்கிறது
விடை தேடல் செய்யும்
பலருக்கு வினாவே தெரியாது
வினாவின் விடை தேடல்
தொடரும் ஒரு பந்தம்
வினாவின் தெளிவில்
விடையின் தெளிவு
இவ்வாழ்க்கை ஒரு வினா
வாழும் யாவும் விடை.

62. உயிர் வாழ்ந்திடு

அகந்தையைக் குறைத்திடு
ஆணவத்தை கைவிடு
இன்பமாய் இருந்திடு
ஈரத்துடன் வாழ்ந்திடு
உண்மையாய் உழைத்திடு
ஊர்ப் போற்ற உயர்ந்திடு
எண்ணத்தை போற்றிடு
ஏற்றமாய் மாறிடு
ஐந்தடக்கம் கொண்டிடு
ஒருமையை நீக்கிடு
ஓசையின்றி உதவிடு
ஔவியம் தவிர்த்திடு
அதுதனிலே விடை கொடு.

63. யார் தமிழன்?

பிறந்த மண்ணில்
தமிழ் என்று கூறிக்கொண்டு
மார்தட்டிக்கொள்ளும் தமிழர்களே
நீங்கள் தமிழர்களா மன்னித்து விடுங்கள்
வேற்று மாநிலக்காரர்கள் தமிழ் மண்ணிலே
பல சாதனைகள் புரிந்து
சரித்திர நாயகர்களாக திகழ்கிறார்கள்
ஆனால் நாமோ நம் தாய்மொழியாகிய
தமிழ் மீது காதல் கொள்ளாமல்
வேற்று மொழிக்காரர்களோடு
காதல் கொண்டு நம் காலத்தை
கழித்து கொண்டிருக்கின்றோம்
பிறர் சாதனைகளை பார்த்து
பூரித்து போகும் நாம் அந்தச்
சாதனையை நம்மால் முறியடிக்க முடியும்
என்ற எண்ணம் கொள்ளாமல்
பிறரை பார்த்து ஏங்கி வாழ்ந்து
இம்மண்ணை விட்டு செல்கின்றோம்
இதுதான் தமிழனின் அடையாளமா?
தமிழ் நாயகர்கள் பலர் இருந்தபோதிலும்
இன்னும் பலரால் சரித்திரங்களையும்
சாதனைகளையும் படைக்க முடியும் என்பதை
மறந்து விடாதீர்கள் தமிழ் சிங்கங்களே
உங்களால் முடியும் உங்களால் மட்டுமே முடியும்
தமிழ் என்ற வார்த்தையைக் கேட்டவுடன் நம்

இரத்தம் கொதிக்க வேண்டாமா கொதித்தெழுந்து
விழித்தெழுங்கள் வீரநடை போடுங்கள்
உங்களுக்கான சிம்மாசனம்
காத்து கொண்டிருக்கின்றது
அரியணை ஏறி அரங்கத்தை
உங்கள் கரங்களுக்குள்
கட்டுக்குள் கொண்டுவர
முயற்சியுங்கள். வாழ்க தமிழ்.
தமிழ் எங்கும் வளர்க!

64. மனமே மருந்து

காகிதம் கிழிவதற்கும்
மனம் உடைவதற்கும் எண்ணற்ற
காரணங்கள் உண்டு
கிழிந்தது கிழிந்ததுதான்
உடைந்தது உடைந்ததுதான்.
வெள்ளம் வருமுன்னே
அணையைப் போட வேண்டும்
உள்ளம் உடையுமுன்னே
சரி செய்ய வேண்டும்
.மனம் என்ற குளத்தில்
சினம் என்ற கல்லை போட்டு
குழப்பி விடாதே
குழம்பிய நீரும் மனமும்
தெளிய காலமாகும்
மனதை சாந்தப்படுத்து
முயற்சியை விசாலப்படுத்து
உன் வெற்றியை உறுதிப்படுத்து
மனம் என்ற குழிக்குள் ஆசை என்ற
விதையை ஊன்றி உழைப்பை
உரமாகவும் முயற்சியை தண்ணீராகவும்
ஊற்று வெற்றி என்ற மரம் வளர்ந்தே தீரும்.

65. தலைவிதி

• 66 •

நடக்குமென்பது நடக்காமலும் நடக்காதது
நடந்தே தீருமாகிய எழுதப்படாத விதியே
தலைவிதி
விதிமீறல் என்பது நம் தலைவிதியின்
மீரலாகத்தான் இருக்க முடியும்.

66. வாழ்வின் மாண்பு

உழைப்பை நம்பு
எதற்கு வம்பு?
உள்ளது தெம்பு
ஏன் தவிப்பு?
உள்ளது படிப்பு
இதுவே உன் இதயத் துடிப்பு
வேண்டாம் நடிப்பு
படிப்பே வாழ்வின் பிடிப்பு
என்றும் உன் மந்திரம் உழைப்பு
அதற்கு உண்டு உயர்வு
இதுவே வாழ்வின் மாண்பு.

67. அதிசயப் பிறவி

அம்மா நீ ஒரு அதிசயப் பிறவி
என்னை என்றும் நீயே காக்கும் இறைவி
உன் வயிற்றுல வளந்த நானோ ஒரு துறவி
உன்னாலதானே இங்கிந்தக் குருவி
உனைப்போல நானிங்க நிக்கிறேன் மருவி
உனக்காக நான் எடுக்கனும் மறுபிறவி
என்னை சுமந்தாய் வயிற்றினிலே
உன்னை சுமக்கிறேன் நெஞ்சினிலே
நீயுமிங்க இருக்கயிலே
எனக்குமிங்க என்ன கவலை
உன்னை நான் மறக்கயிலே
மறு சென்மம் எனக்கு இல்ல.

68. எது நிரந்தரம்?

நிலையில்லா உலகில்
நீச்சலடிக்கும் நீயோ
ஓர் பறக்கும் காற்றாடி
மனிதனேயமின்றி மனிதர்களை
கொள்ளும் ஒரு பறக்கும் பட்டம்
நீ எதை சாதித்தாலும்
அது நன்மையாக இருக்கட்டும்.
தீமையை நிலைநாட்ட
தீ வைக்காதே இந்த காலமென்னும்
நதியில் யாரும் நிரந்தரமில்லா மீன்கள்
அமைதிக்காக நீ போராடு
இவ்வுலகை விட்டு செல்லும்
முன் உன் பெயரை விட்டு செல்
உன் பெயர் நிலையானது
நீயோ ஒரு குப்பை
ஒரு தூசாக இருக்கின்ற நீ
மாசில்லா மணியாகத் திகழ்.

69. அமைதி

அமைதியை வேதம், அமைதியை ஞானம்,
அமைதியே ஒளி, அமைதியே பிரபஞ்சம்,
அமைதியே பேராற்றல், அமைதியை வெற்றி,
எங்கும் அமைதி, எதிலும் அமைதி,
எல்லாம் அமைதி, அமைதியே.
அனைத்தின் திறவுகோல்
அமைதியே அருமருந்து.
அமைதியை இறைவன், அமைதியே தியானம்,
அமைதியே உனக்கு வேதம்,
அமைதியே உனக்கு பாடம்,
அமைதியே சன்னதி, அமைதியே நிம்மதி.
அமைதிக்கு தலைவணங்கு
அமைதிக்கு உன்னை சரணடை.
அமைதிய விருட்சம், அமைதியை தேடல்,
அமைதியை முயற்சி, அமைதியை விடியல்,
அமைதியை நல்லெண்ணம்,
அனைத்தும் அமைதியே.

70. சீர்திருத்தம்

அல்லல் கொடுப்பாரைத் தீண்டும் பழி
அல்லல் குறைத்தாரைத் தீண்டாப்பழி
திருத்தங்கள் இல்லா வாழ்வில்
அர்த்தமில்லை, திருத்தங்களில்
திருந்தியவன் உயர்கிறான்
திருந்தாதவன் தாழ்கிறான்.
திருந்தா செல்லங்களும் நிறைய உண்டு.
பிறரை சீர்திருத்திப் பார்ப்பதே
மனிதனின் மாசற்ற வேலையாகிவிட்டது.
தான் திருந்தா சீர்திருத்தம் வீண்.
சீர்திருத்தம் செய்யத் தன்னை
சிறு திருத்தமாவது செய்ய வேண்டும்
சீர்திருத்தம் தரும் வருத்தம்.

71. விதி

• 72

நினைத்தேப் பார்க்காத ஒன்று
நினைத்து பார்க்காத நேரத்தில்
நினைத்து பார்க்க முடியாத
ஒன்றாக நினைவில் நிலைத்து
நிலைகுலையச் செய்வதே
வாழ்வின் விதி.

72. தேடல்

இருப்பவன் இல்லாததைத் தேடுகிறான்
இல்லாதவன் இல்லாததையும் தேடுகிறான்
இருப்பவனின் தேடலும்
இல்லாதவன் தேடலும்
நிரம்பாத கிணறுகள் .
கிணறுகள் நிறையப்போவதுமில்லை
தேடல் குறையப்போவதுமில்லை
தேடலின் விரயமே வாழ்க்கை
தேடலின் விடையே விருட்சம்.

73. தலையெழுத்து

கண்ணுக்குத் தெரியாத ஒரெழுத்து
வாழும் வாழ்க்கையில் வரும் எழுத்து
வாழ்வோடும் விளையாடும் அவ்வெழுத்து
துன்பத்தைத் துடைக்கும் எனும் எழுத்து
கண்ணீரின் கடைசி எழுத்து
இதெல்லாம் என் தலையெழுத்து
இதுவே அனைவரின் தலையெழுத்து.

74. சமரசம்

பல நேரம் மனதை தைத்தாலும்
இரணம் நம்முடையது.
பிறரின் சிறு அக்கறை அதற்கு
மருந்தல்ல . நம் மனதின் சலனம்
மெல்ல மெல்ல கீழிறங்கும் அங்கு
சமரசமே நம்மை சமரசம் செய்கிறது
நம் புண்ணிற்கு ஆகச் சிறந்த
அருமருந்து நம்மின் சமரசமே.
பல பிரச்சினைகளின் முதலாளி
நம்மின் அகங்காரமே.
நம்மை சமன் செய்யும்
மாபெரும் மகான் சமரசம்.

75. வேண்டியவர் வேண்டாதவர்

வேண்டியவர் என்றால் தேன்போல் இனிப்பார்
வேண்டாதவரெனில் தேள்போல் கொட்டுவார்.
தெரிந்தவர், புரிந்தவர் , தெரியாதர் என
புரியாதார் புரிய விரும்பாதார்
எவரையும் சமக்கோடாக எண்ணாமல்
வளைந்து நெளிந்து செல்வார் பாவம்
புரியாதார் பாவம் செய்வார், புரிந்தவர்
தாகமும் பசியும் அனைவருக்கும்
சமமே அனைவரையும் ஒன்றுபோல்
கருதுவதே சாலச் சிறந்தது.

76. நம்பிக்கைத் துரோகம்

• 77 •

இன்றைய உலகில் நம்பிக் கெட்டு
வெம்பி வாழ்பவர்கள்தான் அதிகம்
நெஞ்சமதில் நஞ்சை வைத்து சூசக
வார்த்தைகளால் சூறாவளி ஏற்படுத்தி
வாழ்பவரை சூரசம்காரம் செய்துவிடு.
உயிரைத் தருவேன் என உயிரை
எடுக்கும் வஞ்சம் தீர்க்கும் வஞ்சகர்களின்
நட்பை வேரோடு அறுத்துவிடு.
தீயினால் சுட்டப் புண் உள்ளாறும்
துரோகத்தால் சுட்ட வடு
நெஞ்சில் எரியும் தணலாக என்றும்
மறக்க முடியாத ஒன்று தான்
ஒருவரின் நம்பிக்கைத் துரோகம்.

77. ஆகவே தவிர்

அழிந்தாக வேண்டுமா?
ஆணவம் கொள்.
"நான்" என்ற அகம்பாவம்
நமக்கு நாமே போடும் கொள்ளி
உன் வாழ்க்கையில் உனக்கான வில்லி
அழிவு வரும் சொல்லி
ஆகவே ஆணவம் தவிர்
ஆமை கூட யோசிக்கும் உன் பொறாமையை
பார்த்து எந்த உயிரினமும்
பொறாமை கொள்வதில்லை
உன்னைத் தவிர உன் பொறாமை
உனக்கான ரணமே மறந்துவிடு
வந்தாலும் மறுகணமே
ஆகவே பொறாமைத் தவிர்
ஆசைப்படு ஆனால் பேராசை படாதே
உன் பேராசையின்பால் பிறர் வயிற்றில்தான்
அடி விழும். உன் ஆசை உனக்கானது
ஆனால் உன் பேராசை பிறர்
ஆசையின் சுரண்டலே ஆகவே
பேராசைத் தவிர்.

78. சுமைத்தாங்கி

மனதின் வலிகளை சுமந்து இறக்க
இடமில்லா வாழ்க்கை
சுதந்திரத்தின் சுதந்திரமில்லா
இவ்வாழ்க்கை ஒரு இயந்திரம்
அல்லல்பட்டுக் கொண்டே ஆறுதலைத்
தேடும் நீயோ ஒரு சுமைத்தாங்கி.
பிறர் தரும் வலியின் ஆழம் ஆறடி
ஆழம்வரை மறக்க வாய்ப்பில்லை
பிறர் துன்பம் போக்கத் தன்னை
வருத்திக் கொண்டே வாழ்க்கையை
நகர்த்தும் நீயோ ஒரு சுமைத்தாங்கி.
இன்பத்தை அள்ள ஆசைப்பட்டு
துன்பத்தை அள்ளி அதைச்
சுமந்து கொண்டேச் செல்லும் துன்பப்
போராளியே நீ தான் உண்மையானச்
சுமைத்தாங்கி.

79. சரணடைந்தேன்

சரணடைந்தேன் சரணடைந்தேன்

சிவனே உன்னில் நான் சரணடைந்தேன்

அருள் தருவாய் பொருள் தருவாய்

வேண்டிய யாவையும் நீ தருவாய்

உன்னை நினைக்காத நெஞ்சென்று உண்டோ?

உன்னை நினையாமல் வாழ்விங்கு உண்டோ?

வாருமயா அருள் தருமாயா

அடியேனை கொஞ்சம் பாருமயா.

சரணடைந்தேன் சரணடைந்தேன்

இறைவா உன்னில் நான் சரணடைந்தேன்

என் துன்பத்தை எல்லாம் போக்கிடையா

இன்பத்தை அள்ளி தந்திடுயா

மக்களைக் காத்திடும் பேரோளியே

என் நாதத்தில் ஒலிக்குது உன் அருள் ஒளியே

சரணடைந்தேன் சரணடைந்தேன்

இறைவா உன்னில் நான் சரணடைந்தேன்.

80. மழை

ஒரே வானத்தின் புதிய மேகங்களின்
மோதல்களே மழை ஒரே வாழ்வின்
புதிய எண்ணங்களின் மோதல்களே வாழ்க்கை
புதிய மேகங்களின் புதிய துளிர்களே மழையாம்
புதிய எண்ணங்களின் புதிய துளிர்களே வாழ்வாம்.
மழையால் உலகம் செழிக்கட்டும்
எண்ணத்தால் வாழ்வு தழைக்கட்டும்.

81. நினைவில் வை

மரம் வெட்ட வெட்ட துளிர்ப்பது போல
நீ வெட்டி விடப்பட்டால் கவலை கொள்ளாதே
மிகச் சிறப்பாய் தழைக்கப் போகிறாய்
என்பதை நினைவில் வை.

82. முடிவு உன் கையில்

• 83 •

முடிவில்லா வாழக்கையென்று
முடிவு செய்து முடிவில்லா ஆசைகளால்
முடிவில்லா முடுச்சுகளை முடிந்து
முன்னேறத்தான் பார்க்கிறாய்
என்ன செய்ய, உன் முடிவு அவன்
கையில் அல்லவா இருக்கிறது.
உன் முயற்சி முடிந்தாலும் உன்
முடிவில்லா வாழ்க்கைக்கு
முற்றுப்புள்ளி வைப்பதே
அவனது வழக்கம்.
முடிவு உன் கையில் முடிந்தவரை
முயன்று உழன்று உழைத்து பிழைத்து
முன்னேற முயற்சியெடு .
முடிவில்லா வாழ்வு உண்டு
முடிவு உன் கையில்.

83. மிருகக் காட்சி சாலை

காட்சி பொருளாய் மிருகக் காட்சி சாலையில்
அடைபட்டுக் கிடக்கிறது
என்று தான் எண்ணினேன்.
ஏழை இரத்தத்தைக் குடிக்கும் அட்டைகள்
பெண்மான்களை சூறையாடும் சிங்கங்கள்
கூட்டமாய் கொள்ளையடிக்கும் ஓநாய்கள்
பதுங்கி பாயும் புலிகள் வெறிப்பிடித்த
வெறிநாய்கள் தந்திரக்கார நரிகள்
நெஞ்சில் நஞ்சை விதைக்கும் கொடிய பாம்புகள்
நடமாடத்தான் செய்கிறார்கள்
மனிதர்களெனும் கொடிய விலங்குகளாய்.

84. விமர்சனம்

பலரிடமிருந்து கிடைக்கும் இலவச உபசரிப்பு
பிறரை பற்றி பிணைக்கும் பிணைப்பு
நானே சிறந்தவன் என்ற நினைப்பு
வேண்டா வெறுப்பின் திணிப்பு
இயலாமையின் இரத்தக் கொதிப்பு
இயன்றவரை பிணைக்கும் இணைப்பு
இதுவா வாழ்வில் சிறப்பு
ஏன் இல்லை அருவருப்பு
கைவிடு அது நெருப்பு
விமர்சனங்கள் பிறருக்குப் பாதிப்பு.

85. உதாசீனம்

கற்றுத் தேர்ந்தவர் கல்லாதார் கீழ்

அழகான மனைவி அவனது கீழ்

பழுத்த பலா குரங்கின் கையில்

அறிந்தவர் அறிவர் அறியாதார்

அறியார் அறிந்தவன் அறிவை

தெரிந்தும் செய்வார் சோதனை

இதிலென்ன சாதனை?

பொறாமை எமனாக வருவான்

எவருமிலர் அவரே மீனைப் போல

துடிக்க வைப்பார் நம்மை உதாசீனப்படுத்தி.

86. என் இனியத் தனிமையே

தனிமை இனிமை
தனிமை ஒரு அற்புதம்
தனிமை ஒரு வரம்
ஒருவரது வாழ்வின் பிறரின்றி வாழும்
சில மணித் துளிகளின் இடைவெளியே தனிமை
தன்னம்பிக்கை பிறக்குமிடம் தனிமை
நல்லெண்ணங்களின் பிறப்பிடம் தனிமை
மனதோடு பேசும் மகிமை தனிமை
மகிழ்வோடு வாழும் மனது தனிமை
தனக்குள் பேசி தன்னை
ரசிக்கும் தனிமை
என் இனியத் தனிமையே!

87. ஆறா ரணம்

காற்றினில் ஆறாமல்
கட்டுக்கடங்காத தனல்.
ஆற்றா வொண்ணா அனல்
மனம் என்ற கிணற்றில்
சினம் என்ற எண்ணெய் ஊற்றி
கவலை என்னும் நெருப்பை
மூட்டிவிட்டாய் அதனால்
உன் வாழ்வு தாழ்வு
மனதில்கொள் மனதின் ரணம்
உயிர் உள்ளவரைக் கொள்ளும்
என்ன செய்யப் போகிறாய்
இதைத்தவிரமாற்றி யோசி
துன்பத்திற்கு தோள்கொடுக்காவிட்டாலும்
துன்பம் கொடுக்காமல் இருந்துப் பார் துன்பமே...

88. நிலையில்லா உலகில்

நிலையில்லா உலகில்
நீச்சலடிக்கும் நீயோ
ஓர் பறக்கும் காற்றாடி
மனிதனேயமின்றி மனிதர்களை
கொள்ளும் ஒரு பறக்கும் பட்டம்
நீ எதைச் சாதித்தாலும்
அது நன்மையாக இருக்கட்டும்
தீமையை நிலைநாட்ட
தீ வைக்காதே இந்த காலமென்னும்
நதியில் யாரும் நிரந்தரமில்லா மீன்கள்
அமைதிக்காக போராடு
இவ்வுலகை விட்டுச் செல்லும்
முன் உன் பெயரை விட்டுச் செல்
உன் பெயர் நிலையானது
நீயோ ஒருக் குப்பை
ஒரு தூசாக இருக்கின்ற நீ
மாசில்லா மணியாகத் திகழ்.

89. பெண்மையைப் போற்றுவோம்

பெண்கள் என்றால் ஆண்களுக்கு
கீழ் என நினைப்பதுண்டு
உண்மையில் ஆண்களே
பெண், இது வார்த்தையல்ல
வாழ்வின் யதார்த்தம்
அமைதியின் நிறம் வெண்மை
வாழ்வின் நிறம் பெண்மை
பொறுமையே அவளின் தன்மை
அவளால் உண்டு பல நன்மை
அவள் இல்லையேல் அது இன்மை
ஆதலால் போற்றுவோம் பெண்மை.

90. என்னடா உலகமிது

• 91 •

உழைக்கும் போதும்
போராடும் போதும்
கீழே வீழும் போதும்
நம்மை பற்றி யோசிக்காதவர்கள்
முன்னேற்றத்துடன்
வெற்றியை வெற்றிலை போல்
சுவைக்கும்போது இருமாப்பு
கொள்கிறார்கள் ஏனென்று
தெரியவில்லை நீ உழைக்காமல்
பிறர் உழைப்பு பார்த்து
தன் உழைப்பை இழந்து
இறுதியில் இருமாப்பு வேறு
இதுதவிர வேறெதுவும் செய்ய
இயலாத வெத்து துப்பாக்கிகள்
வாழ்க.

91. நீ மட்டும் போதும்

ஒன்றா இரண்டா ஓராயிரம்
ஆசைகள் ஆனால், உன்னால்
ஆனேன் நான் யாரென்று
நிலம், வீடு, பணம், நகை
ஆசைகளின் சிறகு பறந்ததால்
நான் பறந்தேன் நீ வந்தாய்
கொரனாவே நீ வந்தாய்
ஒரு வகையில் நன்றி
என்னை யாரென்று நான் அறிய
உழைப்பே உலகம் என நினைத்தேன்
உயிரே மூலம் என நிருபித்தாய்
வந்தாய் இருந்தாய் சென்றுவிடுவாய்
என நம்பி நல்ல கற்பித்தாய்
தம்பி இனி இங்கு
வேறெதுவும் தேவையில்லை
உயிரே நீ மட்டும் போதும்
என உணர்த்தி விட்டாய்
இனி வேறெதுவும் தேவையில்லை
உயிர் மட்டும் போதும்.

92. இடைவெளி

எவருக்கும் வேண்டும் இடைவெளி
இல்லேயேல் கிடைப்பது மன வலி
எண்ணம் என்று ஒரு உளி
மனதை மாற்றும் ஒரு துளி
வயிற்றின் இடைவெளி வாழ்வை பெருக்கும்
மனதின் இடைவெளி சாந்தியைக் கொடுக்கும்
மனித இடைவெளி மகிழ்ச்சியைக் கொடுக்கும்
பேச்சின் இடைவெளி பேரின்பம் தரும்
மூச்சின் இடைவெளி வாழ்வை பெருக்கும்
எதற்கும் வேண்டும் இடைவெளி
இல்லையேல் ஏற்படும் உயிர்ப்பலி.

93. மரம் பேசுகிறேன்

உயிர்க்கொடு மனிதா உயிர்க்கொடு
உன்னுடன் நான் வாழ உயிர்க்கொடு
உனக்கு உதவ எனக்கு உயிர்க்கொடு
உனக்கு உயிர்க்கொடுக்க உயிர்க் கொடு
என்னை வெட்டுவதைக் கைவிடு
என்னின் வலியை உணர்ந்திடு
உனக்கு உதவிட என நினைந்திடு
உன்னால் நான் வாழ்கிறேன்
என்னால் நீ வாழ்கிறாய்
என்னை நீ வளர்ப்பதனாலே
உன்னை நானே காக்கிறேனே
என்னில் இருக்கும் யாவும் உனக்காக
என்பதை உணர்ந்திடு
நானும் வாழ்ந்திட வழி கொடு
உன்னை வாழவைப்பேன் மகிழ்ந்திடு
உயிர்க் கொடு நண்பா உயிர்க் கொடு
உனக்காக நான் வாழ உயிர்க்கொடு.

94. பக்தி

பக்தி என்பது கோவிலைப் பார்க்கும்போது
வருவதல்ல நீ எதைக் கோவிலாய்
நினைக்கின்றாயோ அதுவே யாகும்
மனதால் நினைந்து
உடலில் வேரோடி
உருகும்படியான ஒன்றே பக்தி
யாதொன்றிலும் யாதொன்றாகி
தீதொன்றும் செய்யா மனிதர்க்கு
கடவுளின் கொடையே பக்தி
எங்கும் வேண்டும் பக்தி எதிலும்
வேண்டும் பயபக்தி அதுவே சக்தி
உழைப்பில் வேண்டும் பக்தி உயிரில்
வேண்டும் சக்தி பக்தியால் சக்திக்கொடு
முக்தி உறுதி.

95. நிதானமாகத் தேடு

பிறந்தாய் தவழ்ந்தாய்
வளர்ந்தாய் வாழ்கிறாய்
இதெல்லாம் ஒரே நாளிலா?
இல்லை பின் உன் எண்ணம்
மட்டும் எப்படி ஒரே நாளில் கிட்டும்?
தேடிக் கிடைக்காதது ஏதுமில்லை
தேடினால்தான் அது, தேவை
அனைவரும் ஏதோ ஒன்றைத்
தேடித்தான் அலைகிறார்கள்.
இருப்பினும் தேடுவதைத் தேடு
தேவைப்பட்டால் தேடு தேடினால்
கிடைக்குமென்ற நம்பிக்கையில் தேடு
எனினும் எதையும் நிதானமாகத் தேடு .

96. வாழ்க்கை

இருக்கின்ற வரையில் வாழ்ந்துவிடு
நினைத்தால் முடித்துக் கொள்ள
இது ஒன்றும் பந்தயமல்ல வாழ்க்கை
வாழும் ஒவ்வொரு நொடியையும்
உனக்காக உன்னில் உன்னை நினைத்து
வாழ்ந்துப் பார் வாழ்க்கை ரம்மியமாகும்
தவிர்த்து பிறரை பாராதே
வீண் செய்யாதே உன் வாழ்வை.

97. நெஞ்சம் மறப்பதில்லை

மனதில் தோன்றும் ஆயிரம் கேள்விகளுக்கு
விடைகளைத் தேடி செல்லும் அற்புத உயிரே
இந்த மனிதன். ஒன்றை பெறுவதற்கும்
ஒன்றை இழப்பதற்கும் மனதில்
இடம் உண்டு என்றால்,அதன் பால்
எந்த இழப்பும் இல்லை இதுவே
வாழ்வின் எல்லை இதனால்,
இல்லை தொல்லை.வரவும் செலவும்
சமமானால் வாழ்க்கையும் சமமாகும்
சமநிலையில் வாழ பயணித்தால்
வாழ்க்கை என்றுமே ஆனந்தம்
இவையெல்லாம் அறிந்த மனம்
ஆசை என்ற பெருங்கடலில் குதித்து
நிலைதடுமாறி கரையேற உழன்று
வாழ்க்கை என்னும் ஓடத்தில் நீந்த
முடியாமல் ஆசையென்னும் அலைகளில்
அடிபட்டு கரை ஒதுங்குகின்றனர்
இவையெல்லாம் நடக்கும் எனத் தெரிந்தும்
பாழும் மனம் அதைக் கேட்பதில்லை
இதை நெஞ்சம் மறப்பதில்லை.

98. இன்றைய விவசாயி

கண்ணீருடன் வாழ்ந்தாலும்
தன்னிறைவுடன் வாழ்பவன்
சேற்றில் கைவைத்த பின்பே
சோற்றில் கை வைப்பான்
கபடமில்லா உழைப்பினை
வயலில் காணிக்கையாக்கி
வரவானாலும் செலவானாலும்
மண்ணில் உழலும் மண்புழு
வயலே அவனது கோவில்
பயிரே அவனது சாமி.
தலைகுனிந்து உழைத்தாலும்
தலைநிமிரா தரணியின் வேந்தன்
அலுப்பைப் பார்த்தால்
அடுப்பை மூட்ட முடியாதென
அல்லும் பகலும் அயராது உழைப்பவன்
தலைவணங்க வேண்டியவன் கடனில்
தலைகுனிந்து நிற்கிறான்
அவனே இன்றைய விவசாயி.

99. எல்லாம் அவன் செயல்

ஏதோ ஒரு பொழப்புடன்
தொடங்கும் வாழ்க்கையில்
எண்ணற்ற இழப்புகள் எண்ணதான்
உழைத்தாலும் இழப்பின் வலி
மனதை தல்லாட வைக்கிறது.
இழப்பு பிறரால் தன்னால் எப்படி
பார்த்தாலும் இழப்பு இழப்புத்தான்
கொடுக்கும்போது வரும் மகிழ்ச்சி
அதை எடுக்கும்போது எத்தனை
இகழ்ச்சி.கொடுத்ததை கொடுக்கமாலே
இருந்திருக்கலாம் எனத் தோன்றும்
கொடுப்பதும் அதை எடுப்பதும்
அவனின் செயல். எல்லாம் அவன் செயல்.

100. சோதனை

முள்ளின்மீது பட்டாடையாக வாழ்க்கை
நம்மிடம் உள்ளது தன்னம்பிக்கை.
இல்லையேல் கடவுளுக்கு காணிக்கை
இதுவே நம்மின் வாடிக்கை.
கண்கள் குளமாகும்போதுதான்
ஆறு குளம் அழைக்கிறது
ஏன் இந்த சோதனை?
எதற்கு இத்தனை வேதனை
சாதிக்கத்தான் சோதனை என்றால்
சோதிக்கத்தான் சாதனை போலும்.

101. வா பணமே வா

உன்னால்தானே நானும் இங்கு வாடுகிறேன்
நீ இல்லையென்றால் நானும் இங்கு ஏழை
உன் வரவை எதிர்பார்த்தே என் வாழ்வு
நீ எனக்கு சாமி கொஞ்சம் அருள் காமி
எங்கே இருக்கிராய் உன்னைத்
தேடியே நான் வாழ்கிறேன்
நீ இல்லாத வாழ்வொன்று ஏது
எம் மனம் உன்னை நினைத்தே
ஏங்கித் தவிக்கிறது எதிர்பார்க்கையில்
நீ இல்லையெனில் துவண்டு போகிறேன்
வாழ்ந்தாக வேண்டும் வா பணமே வா.

102. இன்னொருவர் வேதனை

என்னடா கொடுமையிது பிறரின்
துன்பத்தில் உள்ளின்பம் காண
எத்தனை எத்தனை பொய்கள்
ஏதற்கு இந்த பாழ்மனம்?
பிறரை குத்தி காயப்படுத்தி.
வாழ்வதை விட மரணித்துவிடு
ஏனெனில் பிறருக்கு துன்பம்
தருபவருக்கு இதயமில்லை
இதயமில்லாதவர் உயிரற்றவர்தானே
இரக்கமில்லா ஈனச்செயலைவிட
இரக்கத்துடன் இருந்து வாழ்
நீ கொடுத்த துன்பம் உன்னை
வந்தடையும் காத்திரு.

103. உன் மனமே கடவுள்

உன் மனமே உன் எண்ணம்
எண்ணமே அறிவு,அறிவே ஞானம்.
மனம் என்பது கடவுள்
ஏனெனில் கடவுளுக்கும்
உருவம் இல்லை மனதிற்கும்
மனமே கோயில் உன்
எண்ணமே இறைவன்.
மனதால் எதையும் வெல்லலாம்
அறிவால் சிலவற்றை வெல்லமுடியும்.
மன வலிமையே உடல் வலிமை.
மனதின் எண்ண ஓட்டமே
வாழ்வின் உயிரோட்டம்.

104. நினைக்காத நேரமில்லை

நினைக்காத நேரமில்லை
உன்னை நினையாமல் எதுவுமில்லை.
எதுவும் என் கையில் இல்லை
நீ இருக்கையில் கவலையில்லை
கானம் அதை மறக்கவில்லை
காத்திருக்கேன் புரியவில்லை
ஏங்கினாலும் கிடைக்கவில்லை
நீங்கினாலும் நானுமில்லை
உன்னை நான் தேடவில்லை
என்னை நீ,சேரவில்லை
உன்னை நான் நீங்கவில்லை
என்னை நீ நீங்கவில்லை
நீயின்றி எதுவுமில்லை
இறைவா நீயல்லால் தெய்வமில்லை ஆதலால்
உன்னை நினைக்காத நேரமில்லை.

105. வாழ்ந்தே தீருவேன்

• 106 •

காற்றடித்த திசையில் பறக்கும்
சருகல்ல நான்
காற்றாற்று வெள்ளத்தில்
எதிர் நீச்சல் போடும் மீன்
காற்றடித்தால் சாயும் வாழையல்ல
சூறாவளியிலும் சுழன்று
நிற்கும் ஆலமரம்
என் பாசமிகு எதிரியே
உன் குருதியே கொதித்தாலும்
வீழ்வேனென்று என்று நினைக்காதே
வாழ்ந்தே தீருவேன்.

106. மனதில் வை

வானுயர்ந்த மாளிகையில்
வாழ்வதனால் என்னப் பயன்?
வாழ்வதனைத் தொலைத்துவிட்டு
தேடுவதில் என்னப் பயன்?
தீமைதனை நீ செய்தாலும்
தீயிற்கு இறைதானே
நன்மை தனை செய்துவிட்டு
நாடும் போற்ற வாழ்ந்து விடு
கடல் கடந்து சென்றாலும்
வானின்மீது பறந்தாலும்
வருவாய் நீ ஒரு நாள்
மனதில் வை ஒரு கணம்
தாயால் வருடப்பட்ட நீ
தீயால் வருடப்படப் போகிறாய்.

107. முதல் வெற்றியின் சுவை

வெற்றி முயற்சியின் முதல் மகன்
முதலிடத்தின் ஓசை
உழைப்பின் உன்னதம்
வெற்றியின் வியர்வை வாசம்
தன்னம்பிக்கையின் சுவாசம்
வெற்றி என்பது
இலக்கை விதையாக்கி
முயற்சியை உரமாக்கி
உழைப்பை தண்ணீராக்கி
வெற்றி என்ற விளைச்சலை
அறுவடை செய்வது
இன்றைய வெற்றி
நாளைய சமுதாயத்தின் விதை
வெற்றியை சுவைக்கவே
இந்த ஓட்டம் ஓடு,ஓடு
ஓடிக்கொண்டேயிரு
ஒரு நாள் உனக்கும் கிட்டிடும் வெற்றி
உன் வெற்றியை சுவைத்திடு.

108. நீயே வழி நீதான் வழி

நீ தேடுவது உன்னைத்
தேடிக் கொண்டிருக்கிறது
தேடுவதைத் தேடு
தேவையென்றால் தேடு
எந்தக் கதவும் மூடப்படவில்லை
உன் மனக்கதவுதான் மூடியுள்ளது
மனக்கதவைத் திற வழிப் பிறக்கும்
இன்பத்திற்கும் துன்பத்திற்கும்
நீதான் காரணம்
இரண்டும் ஒத்த உணர்வுகளே
எதற்கும் எவரும் காரணமன்று
ஏதோ ஒரு வழியில் நீ தான் காரணம்
எவரையும் குறைக்கூறாதே
எதற்கும் நீயே வழி நீதான் வழி.

109. என்னானது?

ஒன்றானது ஒன்று இரண்டானது
இரண்டு மூன்றானது இரண்டு
நான்கானது கனவானது
நனவானது எனக்கானது
அன்பானது அறிவானது
பண்பானது பரிவானது
தமக்கானது, தமக்கானது தன்னானது.
பொன்னானது பொருளானது
அருளானது புகழானது
பேச்சானது மூச்சானது
எல்லாம் கடைசியில்
என்னானது?

110. வாழ்ந்தாக வேண்டும்

என்ன ஆனாலும் வாழ்ந்தாகனும்
சிலருக்குத்தான் பிரச்சனை
என்று பலர் நினைக்கிறார்கள்
ஆனால் இங்கு வாழும் அனைவருமே
ஏதோ ஒரு பிரச்சனையில்தான்
வாழ்ந்து கொண்டிருக்கிறார்கள்
ஏனென்றால் பிரச்சனை இல்லாத
மனிதன் இல்லை
பிரச்சனை இல்லாதவன்
மனிதனே இல்லை.
என்ன செய்ய, எப்படி இருந்தாலும்
என்ன ஆனாலும் வாழ்ந்தே ஆக வேண்டும்.
நஞ்சொன்று இருந்தால் தானே
மருந்தொன்று கிடைக்கும்
அதுபோல செயல் ஒன்று இருந்தால்தானே
அனுபவம் என்பது கிடைக்கும்
என்ன ஆனாலும் வாழ்ந்தாக வேண்டும்.

111. மனிதக் கடவுள்

மழைக்கு வேண்டும் குடை
ஏழைக்கு வேண்டும் கொடை
என்னை மட்டும் நான் மட்டும்
என்று எத்துனை நாள்?
கொடுத்து வாழ்ந்துப்பார்
வாழ்வே இனிக்கும்
கேட்டால் செய்வது உதவியல்ல
கேட்கு முன் செய்வதேயாகும்
உயர்ந்துவிட்டாய் என்றால்
பிறருக்கு உதவி உயர்ந்தால்தான்
நீ உயர்ந்து விட்டாய் என்று அர்த்தம்.
மனிதன் மாறவில்லை மனிதம் சாகவில்லை
எத்தனையோ மனிதக் கடவுள்களைக்
காணத்தான் முடிகிறது.

112. மனமே கோயில்

உன் மனமே உன் எண்ணம்
எண்ணமே அறிவு அறிவே ஞானம்.
மனம் என்பது கடவுள்
ஏனெனில் கடவுளுக்கும் உருவம் இல்லை
மனதிற்கும்மனமே கோயில்
உன் எண்ணமே இறைவன்.
மனதால் எதையும் வெல்லலாம்
அறிவால் சிலவற்றை வெல்லமுடியும்.
மன வலிமையே உடல் வலிமை.
மனதின் எண்ண ஓட்டமே
வாழ்வின் உயிரோட்டம்.

113. முதல் முத்தம்

பூமித்தாயே பொறாமை படுகிறாள்
அவளின் அழகைக் கண்டு கொள்ளை கொள்ளும்
அவள் அழகு துடிக்கிறது கண்கள்
துவள்கிறது மனம்
எப்பொழுது காண்போம் என்ற ஏக்கம்
அவளின் வருகையைக்
காணக் காத்திருப்போர் ஏராளம்
எனினும் அவளின் சிரிப்பு
இனிமையின் பூரிப்பு
அவளின் பார்வை கடவுளின் பார்வை
மனம் ஏங்குகிறது எப்பொழுது
அவளை காணலாம் என்று
பஞ்சுப் போன்ற பெண் குழந்தையின்
பிஞ்சுக்கை விரல்களைத் தொட.

114. சூரசம்ஹாரம்

கெட்டவர்களின் பலமே
நல்லவர்களின் இரக்கம்தான்
அதனால்தான் சீண்டிக்
கொண்டேயிருப்பார்கள்
இரக்கக் குணமே
உறக்கமில்லாமல் மாற்றிவிடுகிறது
அரக்க குணம் கொண்டோரை
ஒரு முறை எதிர்த்தால் போதும்
அரக்கம் உறக்கமின்றி
தலைத்தெறித்தோடும்
சில நேரங்களில் சூரசம்ஹாரம்
செய்தாக வேண்டும்.

115. இல்லாமல் இல்லை

அழுகையில்லா வலியுமில்லை
ஆசையில்லா வாழ்வுமில்லை
இழிவில்லா வாழ்க்கையில்லை
ஈர்ப்பில்லா மனிதருமில்லை
உழைப்பில்லா உயர்வுமில்லை
ஊதியத்தால் உயர்வும் இல்லை
எல்லையில்லாஇடமுமில்லை
ஏக்கமில்லா உயிருமில்லை
ஐக்கியமில்லா தியானமில்லை
ஒன்றில்லா மற்றொன்றில்லை
ஓசையில்லா கடலுமில்லை
ஔடதமில்லா நோயுமில்லை
உயிரில்லா உடம்பில்லை
உயிர் இல்லாமல் மொழியில்லை.

116. வேண்டும்

எதையும் வெல்ல துணிவு வேண்டும்
அதற்கும் கொஞ்சம் பணிவு வேண்டும்
எதையும் சொல்லத் துணிவு வேண்டும்
அதற்கும் கொஞ்சம் உண்மை வேண்டும்
எதையும் செய்ய துணிவு வேண்டும்
அதற்கும் கொஞ்சம் வீரம் வேண்டும்
எதையும் மனது உணர வேண்டும்
அதற்கும் கொஞ்சம் அமைதி வேண்டும்
எதையும் முழுதாய் புரிதல் வேண்டும்
அதற்கும் கொஞ்சம் பொறுமை வேண்டும்
எதையும் நன்றாய் ரசிக்க வேண்டும்
அதற்கு நல்ல மனது வேண்டும்.

117. மனிதர்கள் பலவிதம்

சொல்வல்லான் எதற்கும் அஞ்சான்
செயல்வல்லான் எதற்கும் துணிவான்
சினம் வல்லான் சீற்றம் கொள்வான்
மனம் வல்லான் என்றும் பயமறியான்
நற்குணமுடையான் குற்றம் பாரான்
செருக்குடையான் பல் உடைவான்
நஞ்சுடையான் நஞ்சுன்பான்
இரக்கமுடையான் இறங்கிப் போவான்
பாசமுடையான் பதறிப்போவான்
வேசமுடையான் வெட்கப்படுகிறான்
பொறுமையுடையான் பூமியாள்வான்
பொறாமையுடையான் ஏங்கிச் சாகிறான்.

Chapter Two

Skylar opened her curtains. There was something magical about the first snow, before the plows came out and the cars began to muddy it all up.

Because it was New Year's Day, it might stay like this for a while. She had put some sauerkraut in her small crockpot for good luck, and added some turkey hot dogs for today. She and her own dad used to watch the parade together, and then they'd all eat pork and cabbage. She would read or paint while he spent the day watching football, and her mom would be in the kitchen baking.

On days like this she wondered if her life would be fuller if she would've had kids, or gotten married. She tried not to dwell on these things too much, though, because it always led to nowhere. More loneliness.

She flipped open her new calendar. She was going to be forty-nine in February. Forty-nine sounded *so old*. In her heart she felt like she was twenty-five, but in her body she could be sixty.

Grief was tricky. It came and it went, through small

reminders, random thoughts, jarring memories, and mostly regret.

Sometimes it was so intense she could barely focus on her to-do lists, but then she'd get into the classroom, and one of her students would show her a painting of a sun or a moon or their family, and she'd get to experience some wonder in the moment. Teaching had kept her going, as they say.

Skylar had never pictured her life without her brother in it; just hadn't thought about it. She thought they'd grow old together, build lives in tandem, help raise each other's kids, and make decisions about holidays.

She might have to argue with him about the small things, sure, but that was part of their growing up together, and she was certain it would be part of their aging together.

With Curtis, she thought she'd always have a man in her life. Without Curtis lighting the way for her now, she wasn't even sure who she was.

At the thought of her niece's wedding, Skylar remembered her own adventurous years. When she was thirty, Vicki had bought her a ticket to Cancún as an early birthday present.

"If the world doesn't end in 2000," Vicki had said, "then we are going to Mexico."

The world carried on as the calendar flipped into the millennium, and they had gone for a week in February of the next year and lived it up in one of those all-inclusive resorts. Days lying by the pool and nights spent laughing and dancing. A guy on the beach had slipped them some weed and then refused to take it back, comically demanding money in Spanish, pretending he didn't know English.

Skylar didn't have the language to refuse it, so they'd handed the guy a twenty-dollar bill and snuck back up to their room, both of them a little drunk and laughing.

Skylar and Vicki were like high-school kids, smoking out of

a soda can and blowing smoke out the window. They spent most of the trip galavanting around the ultramarine blue water, giggling and feeling young again.

She didn't remember a time in her life when she'd felt happier, or more carefree.

On their second night there, they went to one of those touristy clubs with the tall plastic glasses shaped like hourglasses, and there were beads everywhere and shots flowing and flowing.

Usually, when she was with Vicki, tall and blonde with fashion-model legs, all guys would gravitate toward her and not even see Skylar.

But this guy, he didn't even look at Vicki. It was like she wasn't there.

He waltzed straight up to Skylar, reached out for her hand and said, "¿Baila conmigo?"

A folded white bandana wrapped around his forehead and his pink lips were bright and curled up at both ends, as if his natural resting face was smiling broadly. She grinned and put her hand in his.

He led her onto the dance floor, turned around slowly, and put one hand on the small of her back. He cusped her hand with the other and held it against his shoulder. Sade, *By Your Side* played and they moved as if in slow motion, not like young people danced, but the way older people danced, chivalrous and proper. Old fashioned.

She remembered being a little buzzed, from the bartender squirting tequila in their mouths out of a plastic liquor bottle, but there was something about the innocence. He had creamy brown skin and stared at Skylar as if she were made of magic and moonlight, setting his cheek against hers. He smelled like cinnamon.

Sade's delicate vocals of yearning and devotion spread some

kind of purity over their dance. His body close to hers felt natural. It had been a long time since she'd been close to a man.

This dance had stayed with her all these years. José Mateo. Slate-black hair and warm, dark eyes, he was a mix of incredibly confident and impossibly shy. Easy to laugh. When she looked back on her life and her relationships, there was something about that one week in Cancún.

Skylar had considered it then to be a really fun vacation fling. What happened in Cancún stayed in Cancún, right? Almost twenty years later, she still thought of him sometimes. She wondered what it might have been like if he had been able to come to the U.S. and visit her. Or if, as he had asked, she had gone back to see him.

Because it was New Year's Day, maybe. Because it was snowing. And because she was alone and feeling nostalgic, she opened up the blue wooden trunk, the one where she and Curtis had found their mother's old letters, and she unstacked her own photo albums and scrapbooks.

John Mayer—the cat—rustled from the corner of the couch, and tucked his head against his paws. Skylar found the green album with her pictures from the Cancún trip, and decided to open it.

Chapter Three

Vicki had snapped a picture of the first dance with José from the side.

Skylar rolled her gray eyes at the camera, and José Mateo gazed at her in awe. She remembered the feeling. His fingertips through her cotton shirt and his cheek barely brushing against hers as he held their bodies together, making small turns in a slow circle.

She held the photo and studied José's expression, then her own body language. She had dyed some red streaks in her hair, long again, and worn a short little jean skirt with pleats running down the edges.

Strong and muscular, her legs bronze from the tropical sun. Her favorite necklaces strung around her neck: cowrie shells from Alex, and a silver heart necklace with her name engraved on the back, a gift from her mother.

If Skylar were painting the feeling of the memory, it was as if a pink silk blanket was draped over their bodies. Something about it felt sacred. He touched her as if she were a precious gemstone, and she was in a dream.

José wore his emotions all over his skin, but he didn't always act as if he had words for them—or the words didn't matter. Just slightly taller, he sported a white shirt and navy blue cargo shorts. Not too baggy, but not too tight. In the photo Skylar looked immature and childish, making that face at Vicki.

His eyes were covered by his lids, head tilted back so his chin was up, and he stared down at her face like a man in love, like the energy around him was charged with light, like a man who knew what he wanted.

She wished she felt as physically beautiful then, as her old self looked now. She would give anything to still look like this. Young and strong and happy. Perfect, smooth skin, sun-kissed and tinted mauve.

Right now she wanted to jump into this photo and whisper into her young ear, *You are beautiful. Have faith in yourself and your choices. Trust your own joy.*

Let him love you.

The lyrics of that Sade song played over the guitar effects. The moment felt intimate and soft, even though they were surrounded by hundreds of other tourists, dancing and drinking, loudly laughing amidst chaotic vacation energy. The gentle way he'd touched her and the dreamy way he'd looked at her.

They hadn't spoken the whole first dance; he held her body close with this subtle attraction forming between them. She remembered feeling like her heart was open. A burning openness, joy and excitement.

He disappeared into the crowd after the dance, and she and Vicki boarded a bus back to the row of giant hotels on the water. They stayed at the Sheraton, and so even in their inebriated state, on the way home they watched for the big letter "S" on the side of the building, which signaled their stop.

She felt safe on that trip. She couldn't remember feeling

scared or in danger, or even really cautious, except for that guy that Vicki had liked. The Kurt guy.

Skylar spoke a little bit of Spanish from high school, enough to get them around and ask about restaurants and bathrooms and such. It was the kind of place where you could stay the whole week in the hotel and have plenty of fun drinking, eating seafood, and choosing between swimming in the pool or at the beach.

When she was that age, trusting the world was her natural state.

That week she felt safe and fearless and free. She remembered the constant laughter.

Now, she didn't know if she'd be brave enough to travel that far and not worry about anything bad happening. When she was that age, she didn't know what she had: beauty, youth, possibilities.

Good, good friends, and a solid family.

Chapter Four

February 2001, Cancún, México

They woke up in their club clothes with plastic bracelets wrapped around their wrists.

"Oh my God, Skye," Vicki said. "You should have seen the way that guy was looking at you."

Skylar liked the feeling that someone was attracted to her for five minutes. Someone who treated her like a lady, instead of a piece of meat. The dance was fun, but she shrugged it off.

"No, really," Vicki continued. "Wait until we get home and I develop these photos. That guy is in love with you." She had brought a disposable camera she was carrying around everywhere. "We should go back there tonight."

Skylar stood up and looked out the window. The colors of the ocean here were incredible. All of the brightest layers of blue and green you could imagine, set against the teal sky, atop sparkly white sand. She couldn't wait to paint it when she got home.

"It was probably my secret weapon lotion," Skylar said.

Vicki laughed. "The vanilla stuff?"

"It's an aphrodisiac. I usually only wear it on dates."

Ultramarine blue umbrellas dotted the white, and tourists and locals alike swam and soaked up the sun. Someone was passing a beach ball back and forth with a group of children. They could see it all from the eighth floor.

The girls cleaned up, put their bathing suits on, and headed down to the pool. Skylar had broken her two-drink rule the night before, and she was feeling it today. They tried to eat breakfast, but their hangovers were too intense.

The solution became taking some bacon from the continental breakfast, and tequila in orange juice, to keep their party feeling going, and to make the hangover less intense. When Vicki commented on the morning bartender pouring the tequila from a soda gun, the bartender said, "Modern Mexican technology," and smiled.

Skylar fell asleep by the pool. When she woke up, Vicki was in the water chatting it up with two guys from Michigan. Skylar reached for the camera and snapped a picture of them.

The hotel had more floors than Skylar could count, but the pool was on the fourth floor. Somehow they had built it so it looked like the pool was flowing out over the side of the building and into the ocean, into the sky, and then into infinity.

She stood up and stretched. She would usually be self-conscious about her legs in the bathing suit, but the morning tequila and orange juice must have still been working on lowering her inhibitions.

Vicki introduced her to the guys, as she rubbed some sunscreen on her arms, chest, and legs. Her mom had always hounded her about sunscreen, and her mom was right about a lot more than she thought when she was younger.

She climbed into the pool.

Kurt and Tom had accents that made their vowels sound round. They said the girls had accents, and the girls laughed. Kurt had dusty-blonde hair and a sharp jaw, and Tom had a shaved head. Both wore sunglasses.

It didn't matter what time it was, really, and that's something Skylar liked about vacation.

"What are you girls doing tonight?" Tom asked.

Vicki eyed Skylar. "We're going to Señor Iguanas," Vicki said with confidence. Skylar smiled to herself and let the cool water roll off of her fingertips. She ducked her head under. "Wanna meet up with us?"

The two men looked at one another and Kurt said, "Sure."

He was looking at Vicki in the way most guys did, as if he couldn't wait to see her naked. She had smooth skin and cloudy periwinkle eyes, like the old Barbie dolls, but paler.

Vicki was used to this kind of attention from men, as part of her experience, and with a good heart and a good sense of character, she could usually tell if a guy was genuine or shady after one or two conversations.

Nobody could make Skylar laugh as hard as Vicki could.

They ate dinner on the fifth floor and Vicki ordered crab legs, while Skylar ordered tuna tataki with cucumbers. They'd been drinking so much, Skylar had a limited appetite.

"If that waiter is there again, you should talk to him," Vicki said.

"Really, though," Skylar said, crunching on one of the cucumbers. "They pay them to be nice to tourists. He wasn't treating me any differently than he treats any other tourist on vacation."

"No," Vicki said, cracking one of the claws with the metal tool. "That guy likes you. I saw it in his eyes. Plus, he's hot. Too short for me, but, hot."

Skylar had seen men's true colors in college, but she'd completely given up on dating after the basketball player.

"He probably won't even remember me. And I'm not interested in a vacation fling."

"How long's it been?" Vicki asked. "Since you dated anyone?"

"I don't know." Skylar thought about it.

"Mark? That sad philosophy guy?" The crab cracker slipped out of her hands and a piece of shell landed on the white tablecloth. She laughed and picked it up.

She didn't even want to say his name. "Troy."

"The cheating basketball player," Vicki said. "He was a real asshole."

"Yeah," Skylar said. She'd gone through a little bit of a wild phase, and then sworn off men for good. She focused on her students, on teaching, on saving some money and buying a house. She didn't need a man to make her life complete. Skylar did well enough on her own.

"What about this Kurt guy?" The tuna was seared and drizzled with a balsamic glaze. "He's looking at you a certain way."

Vicki had a cheer in her voice. "He's cute. And tall. I am definitely into a vacation fling. It's been a while since I've been out, too."

Skylar laughed fondly. Vicki had just gone through a divorce, and though it was her idea, and it wasn't nasty by any means—they'd just grown apart—she'd still been pretty wrecked. This vacation was supposed to be healing for her. The divorce had finally gone through, and the two girls were supposed to be celebrating.

"I'll be your wingwoman, then," Skylar said. "I'll hang out with you all, but I'm not going to sleep with that Tom guy. He's cute, but he's not my type."

"I know you lost faith in men in college, and especially after

Troy. But you're on vacation," Vicki said. "You could get out of your comfort zone a little bit." She cracked another crab leg open and offered a bite to Skylar. "I'm glad you broke your two-drink rule, anyway. Why don't you just let him love you for the week?"

Chapter Five

They took pictures next to the giant iguana outside. Skylar wore a pink button-down shirt and her hair in two buns, mostly to keep it off of her neck. Vicki was wearing a short black dress.

Someone walked by in golden paint from head to toe, and they asked him to stop and take a photo with them.

As they approached the club, red ropes partitioned off the entrance. A petite hostess clutching a clipboard came out and said, "Hi!" as if she knew them. "You came back."

Skylar didn't remember her from the night before, but she'd ingested a lot of tequila.

The hostess disappeared into the darkness and then returned, dragging José Mateo by the hand.

He was smiling his big, broad smile and dragging his feet.

The hostess widened her eyes at Skylar. "I went back and told him, *she is here, the girl from the dance.*" She seemed satisfied with herself, before she walked away back toward the hostess stand.

Okay. Maybe he did remember her.

"I was hoping you would come back." He looked at his feet and then straightened his shoulders, licked his lips, and smiled. Something about him was playful. "What is your name?"

Vicki tapped her on the arm.

"Hi," Skylar laughed uncomfortably. "Me llamo Skylar."

"Skylar," he said. "Mucho gusto. Como el cielo," and he pointed upwards.

"Sí" she said. "Like the sky." He seemed young, but with ancient eyes. Crimson tones under burnt umber, red under deep brown.

"Is José Mateo your name?" She pointed to the name tag hanging from the lanyard around his neck.

"Sí. José Mateo." He pulled at the tag. "You can call me José. There is a cover charge tonight, but you can be on my VIP list." He touched her elbow, guiding her toward him, then took her hand and said, "¿Vamos?"

She cupped her hand for his grasp, but he slowly adjusted their fingers so they interlaced.

He tilted his head, gesturing for them to follow, then unhooked one of the red ropes.

People in line stared, and Skylar giggled. Then he did this thing with his legs, where he pointed his toe and dragged one foot sideways while he watched her decide if she would follow him.

Vicki pushed Skylar forward, so she had to stumble to catch up.

José's shoulders were back and his head held high, strutting.

"We are having a foam party," he said over his shoulder. "It is messy." He pointed to one end of the restaurant. "I would stay away from over there." His smile curled up. "People think it is fun."

Gettin' Jiggy With It, by Will Smith was playing. The

whole bar was dancing and jumping. He led Skylar and Vicki to the side bar instead, and sat them all the way in the back.

"Carmen will take care of you," he said over the music. He stared for a minute as if he might kiss her, and she smiled while she tried to read his eyes. Wishful. Self-assured. Warm. She wondered how she'd paint them.

He lifted their interlocked hands and clutched hers next to his chest, then pulled out a purple bracelet that said, *Señor Iguana's*, and clasped it around her wrist. His fingertips brushed against her palm and lingered there with heat.

"¿Hablas español?"

His lips pursed while he listened. This was fun. She hardly ever got to speak Spanish to anyone back at home.

"Poquito." She made a gesture with her thumb and forefinger. "A little."

"I am working, but I will be back."

He handed Vicki a bracelet and turned, dancing into the crowd.

Carmen leaned over the bar and handed both Vicki and Skylar shots.

"On Mateo," she said. "Kamikaze." She put her hands on her hips.

"Oh, thank you," Skylar said. Last night it had been hard to convert dollars to pesos to pay their tabs, even with a credit card. They had no idea how much money they were spending, or how much to leave for a tip.

"Told you," Vicki said. "He's hot *and* he likes you." She raised the plastic shot glass and said, "Salud!"

Skylar downed the fruity, sour shot and shook her head.

There was a different vibe from last night. Wilder and louder, filled with even more people. People from the foam party side wandered in and out covered in soap suds, as if they were crawling out of dishwater.

At times the whole staff—all of the guys dressed in white shirts and all of the women dressed in black—would stop what they were doing and dance. When the designated song ended, they would then disperse back out into the crowd of tourists.

Kurt and Tom walked over.

"Hey," Kurt said to Vicki. He ran his eyes from her ankles to her face, and didn't hide it.

"Hi," Vicki said. "Welcome."

"We had to wait in line for a while," he said. "Did you guys bring cash to pay the cover?"

Tom perched his hands on the bar next to Skylar and waved Carmen over. Skylar wondered if shaved his head because he was bald on top, or if he liked the look.

"Skylar is friends with one of the waiters," Vicki said, and winked at her.

A Nelly song came on. Skylar loved this song, *Take a Ride With Me.* She stood up and started mildly dancing in front of her chair. Not losing control, but moving to the music.

Her eyes found José Mateo on stage, not just dancing, but *moving.* From his legs to his waist to his shoulders, perfectly in rhythm, he moved naturally, sexy and confident.

Okay, maybe he was, like Vicki said, *hot.*

She smiled to herself and kept dancing.

At the very moment he looked over at her and stared, she felt self-conscious.

There were girls holding their yard glasses up to him and jumping up and down, not quite to the rhythm. One of them reached up and touched his shorts, and he squeezed tequila into her mouth from the squeeze bottle he held.

Skylar's stomach turned.

Jealousy? Was she jealous of this girl reaching out to this guy she had only danced with once?

He smiled at Skylar, barely lifted his chin at her in

acknowledgement, not missing a beat, then put his attention back down at the girls below.

Vicki said, "Skye, we're going to wander around." She grabbed Kurt's hand.

Tom sidled up next to Skylar. "So," he said. "Are you from Florida, too?"

He was drinking something frozen from a tall plastic glass.

Skylar turned to Carmen. "Could I have another shot and a glass of water, please?" She wasn't going to drink too much tonight. This morning's hangover had been brutal.

"I'm from Ohio," Skylar said.

Tom leaned in toward her, one elbow now on the bar, and opened up his shoulders so he blocked her from the dance floor. He had on a blue and yellow button-down and khaki shorts.

"The Buckeyes. Are you a football fan? What do you do in Ohio?"

She could see over his shoulder, though. She kept her eyes on José Mateo.

"I'm an artist."

Tom's breath smelled kind of bad and she didn't want to stand this close to him, but there was only a chair behind her, and then the wall.

"I don't watch much football. Only if I'm somewhere where it's on."

"Cool," he said. "How do you and Vicki know each other?"

"We met in art school, but she moved back to Orlando when she was done." Vicki liked Chicago, but she said it got too cold for her bones there.

Carmen set the drinks in front of Skylar, then raised an eyebrow and gestured at José Mateo over her shoulder with a concerned look.

Skylar saw José staring at Tom. The song changed. The

girls that were trying to dance with José moved along. She took a sip of water and thanked Carmen for the drinks.

José jumped off of the stage and walked away to the other side of the bar. She watched him strut through the crowd until she couldn't see him anymore.

Tom was still trying to talk to her but she wasn't listening. Had José been jealous, too? Was that the feeling she just saw?

He was really sexy. Maybe she did want to dance with him again.

When Vicki and Kurt returned they were soaking wet and laughing.

"Skye," Vicki said. "You've got to try the water slide!"

"There's a water slide?"

"On the second floor!"

She did a once-over of Vicki's wet clothes and her hair hanging around her face. "I'll pass. But I'm glad you're having fun!"

Kurt turned to Skylar and Tom. "Do you guys want to go to this club down the street? We went last night and they had a bikini contest."

Skylar did not want to go to a bikini contest, but Vicki seemed like she wanted to go.

Vicki said, "Sure, but we're not getting in the contest." She was flirting with him. Skylar had promised to be her wingwoman.

She tried to pay Carmen.

"You do not have a tab. José has bought your tab for the night."

"Oh, thank you," Skylar said. She pulled a twenty dollar bill out of her wallet and put it on the bar. "Tell him thank you for me, please?"

"We will see you again?" Carmen asked.

"I hope so," Skylar said.

Kurt led them through the crowd toward the front of the bar. Vicki fell in behind him, then Skylar, then Tom. Skylar felt his hand on her back. She was going to have to work a little bit to keep him occupied, for Vicki's sake, but try not to lead him on. A delicate balance. They were outside when Skylar heard her name.

José came up behind them. "Cielo."

They all stopped. Tom seemed puzzled.

"Oh, hi. You guys," Skylar said, "this is my friend, José Mateo."

Was that how she should introduce him? As her friend? She fiddled with her purple bracelet.

"Hey," José said to them.

"Hey," Kurt and Tom said. José reached out and shook both of their hands, then put his hands on his hips.

Vicki had a grin on her face. He was certainly confident. The Michigan guys were looking at him funny, but he didn't seem to mind.

"¿Puedo hablar contigo?" He asked Skylar. "Por un momento?"

He didn't grab her hand or touch her elbow. The smile was still there, but his eyes seemed less confident. Of course, he could talk to her for a minute; she didn't really want to go to the bikini contest. She walked with him toward the hostess stand.

"Is that your husband?" he asked.

Sweat dripped down from under his headband.

Skylar laughed out loud. "No. No es mi esposo."

"¿Tu novio?" He licked his lips, glanced at the group, then back at her. He was chewing gum, and he clenched his teeth a couple of times around it. She watched his strong jaw ball up in his cheek and relax.

Kurt and Tom were watching them, and Vicki was trying to keep their attention, but she shrugged at Skylar.

"No, no es mi novio," she said.

"Bien." José said. He slid his tongue forward, touched his top lip, then rested it barely behind his top and bottom teeth. "¿Tienes un novio?"

"No," she said. "I'm not seeing anyone."

"Sí," he said. "Muy bien." He smiled. "Will you come back later?"

She looked over at Vicki again, who was telling the guys a story with her arms. They were both laughing, but Tom caught Skylar's eyes and frowned.

"I promised my friend I would be her wingwoman." She pointed to Vicki and the guys. "But I'll try?"

"Wingwoman?" he asked, his eyes confused.

"Oh, como una persona en un aeroplano que sienta con el piloto. It's slang." God, she should have brushed up on her Spanish last week. Was that the right way to say it? She made a gesture with one hand, like an airplane flying into the sky. "To help her go where she wants to go."

Skylar felt silly, but it made her smile, and he returned it.

"Oh." He lifted his head in understanding. "A good friend." He gently kicked a cigarette butt toward the curb with his shoe. "I am working until three-thirty. Maybe I will see you."

He stepped toward her as if he were going to hug her, but instead he anchored his hands on her waist. His fingertips brushed against her skin in the bare spot between her shirt and her skirt, then slightly down to her hipbones.

José Mateo, smelling like sweat and cologne, reminding her of dancing. He leaned in and whispered in her ear with a soft, cinnamon breath, discreetly slipping something in the front pocket of her skirt. "Maybe we can dance again?"

He stepped back quickly, as if he didn't want her to answer right now, waved to Vicki and the guys, turned away and danced back inside. Skylar caught herself looking at his legs.

Stunned and amused at her sudden desire, she rejoined the group and they began walking, following behind Kurt, who was on a mission.

"How do you know that guy?" Tom asked.

Skylar thought she should make something up. Why did she think that? She wasn't sure what to say.

"That guy fell in love with her last night, as soon as he saw her." Vicki laughed. "I got it all on camera." She held up the disposable camera, wrapped around her wrist by a plastic cord.

Kurt scrunched his face. He had raccoon suntan lines around his eyes. "You come to Mexico to get some local strange?"

Was that an insult? She was still thinking about the way José Mateo's chest pressed up against hers last night and the way he smelled like sweat and cologne and Big Red gum mixed together. The way his fingertips had just caressed her skin.

"We came to Mexico to do what we want," Vicki said.

Skylar loved Vicki. She was tough and funny and beautiful. Vicki grabbed Skylar's hand and they walked down the street with the guys to the next club.

The club was dark and smoky, with electronic music playing, and Kurt and Tom went off for a while by themselves. There was no evidence of a bikini contest, but lots of tourists, some of them looking cross-eyed. Skylar and Vicki had been drinking all day, but Skylar had only had those two drinks at Señor Iguanas. She didn't feel like drinking anymore; she might have drunk herself sober.

She ordered a water.

"So," Skylar asked. "You still like Kurt?"

Vicki did a shot of tequila. "He'll work for the week. I

haven't slept with anyone since my divorce. What about Tom? He's cute."

"He has bad breath," Skylar said. "I'll hang out until you seal the deal with Kurt. I don't know how long I can do it, though."

Skylar reached into her pocket and pulled out the paper. It was a menu from the bar, with a message scribbled onto it in pencil. Under the list of food items and drink items, next to an iguana photo in a sombrero, it said. "José Mateo," and had a series of numbers on it. It began with 011 52 998 and then there were seven more numbers.

"What's that!?" Vicki asked. She grabbed the paper from Skylar's hands.

"José slipped it in my pocket."

"That move was sweet *and* sexy," Vicki said. "Are you sure you're not open to a vacation fling?"

"It *was* kind of sweet and sexy," Skylar admitted. "He asked if Tom was my husband or my boyfriend. And he smelled really good."

"Is that a phone number?"

Skylar herself had just gotten a cell phone, and she didn't use it very often. She had brought it with her, but she hadn't bought an extra plan. She was pretty sure it cost extra to use internationally.

"I think so?" She took the paper back from Vicki.

"*Dude,*" she said. "You gotta go back and see that guy. Nobody has looked at me like he looks at you, *ever*."

"Dude, guys look at you like that all the time."

"No," she shook her head. "Guys look at me like they want to get into my pants all the time. José Mateo was looking at you like he wanted you to fall in love with him *forever*. There's a difference." She slung her long hair over her shoulder. "Why don't you let him love you for the week? What could it hurt?"

Skylar considered. "Every time I have ever liked a guy, he has disappointed me. I have a job, I have a house, I have family and friends. . . what do I need a guy for?"

Vicki sighed and ordered two shots of tequila. "We can't live without love. We're wired as humans to love and be loved." The bartender sat the shots down in front of them. "And to have fun while we're doing it!" She handed Skylar a shot.

"I'm still hungover from yesterday," Skylar said. "I'll pass."

Vicki downed one shot of tequila, made a face, then downed the other.

"I'm glad you're living it up." Skylar said. "What do you like about Kurt? You think he's a good guy?"

"I like his surfer hair," she laughed. "I want to run my hands all through it."

Vicki ordered a water next. "I'm going to have to stay sober-ish, though, if I want to remember how much fun I'm going to have later."

The guys returned, their eyes wide as quarters. Tom handed Skylar some kind of pill.

"Take this. It'll be fun later."

"Um, no." Skylar said. She did not come to Mexico to do drugs. "Thanks."

She handed it back to him and looked around to see if anybody was watching them. A guy in a security shirt stood under an exit sign, but she didn't see anybody focused on them.

Kurt handed Vicki something and she popped it in her mouth. "What is it?"

Skylar shook her head.

"E," Kurt said. "Molly."

"Vic," she said. "Seriously?"

"We're on vacation, Skye. Anything goes in Mexico, right?"

Vicki tried to pull Skylar out onto the dance floor, but she didn't feel like dancing to electronic music. Kurt went with Vicki, and Tom stayed bellied up to the bar.

Tom's breath smelled even worse now. She should have stashed some gum in her purse if she were going to talk to him all night. His eyes grew bigger and bigger with each passing minute.

As Skylar scoured the crowd to keep track of Vicki, she realized lots of the tourists were dancing with glow sticks and bouncing around with wide eyes. She was glad she didn't take whatever pill that was, and glad she didn't feel drunk.

She drank water the rest of the night and after two or three hours had passed, she was peeling Vicki and Kurt apart from making out at the bar while simultaneously trying to get Tom to keep his hands off of her.

"Let's go back to the hotel," she said, mostly to Vicki. She seemed to be the only one who still had her head about her.

They all boarded the bus and staggered into the Sheraton. Vicki wanted to go swimming, so they went down to the pool. Kurt and Vicki were immediately all over each other. Skylar was glad Vicki was having the fun she wanted, but Skylar had to shake Tom. He kept drooling all over and trying to touch her.

"I'm going back up to the room," she finally said to Vicki. She didn't want to leave her here, but she was tired. "You want to come?"

"Aw, no, you party pooper," Tom said. "We can go down to the beach." His words were slurring, and he kept rubbing his own arms.

"Yes! The ocean!" Vicki said.

Skylar didn't want to go down there with them, but she didn't want to abandon Vicki, either.

She pulled her aside.

"I can't get Tom to leave me alone. He's trying to put his paws all over me."

She wasn't sure Vicki was understanding her. She had this constant look of surprise on her face, and she was rubbing her hands together.

"I feel fuzzy all over," Vicki said.

Skylar looked at the clock on her phone. Three-thirty in the morning. She had missed going back to see José Mateo. "I'm going to bed. Do you want to come up with me?"

"No," Vicki said. "I wanna go see the ocean!"

"Okay. I'll be upstairs," Skylar said. "Kurt?" His face was red and lusty and wound up. "If anything bad happens to my friend, I'm calling the Mexican police. You probably don't want to get arrested in Mexico."

"*Skye*," Vicki said. "*We're fine.*"

"Okay," Skylar said and hugged her. "I'm going to bed then."

"No, come on," Tom said, and reached out for Skylar's hand.

She pulled back and put her hands around her purse strap. "I'm going to bed," she said.

Chapter Six

When Skylar woke up at sunrise, the bed next to hers was empty. Her first instinct was worry, but she reminded herself that Vicki was a grown woman who had come to Cancún to let loose. Skylar brushed her teeth, put on her clean bathing suit and her comfortable flip-flops, and walked down to the pool.

Vicki wasn't here.

She decided to trek down to the beach. The early risers had set up towels underneath blue beach umbrellas, and a few people strolled the water's edge looking for shells.

It didn't take long for her to find them. Vicki and the two guys were laid out on towels looking strung out and hungover, like they hadn't gone to bed yet.

"Skye!" Vicki said as she approached them. "We just watched *the most incredible sunrise*. God painted it in the sky just for us."

Skylar laughed. "That's wonderful." Kurt was cuddled up next to her in only his swim shorts, and Tom was sprawled on his back, asleep. Vicki had a giant bottle of water with her, and she handed it to Kurt.

"It was really rad," Kurt said to Skylar. "Sorry you missed it."

"I saw it from the room."

Skylar was glad they'd stayed out here, and Vicki hadn't gotten caught up in a hotel room or in bed with both of them. Not that she would judge her. Vicki wasn't in her right mind, and Skylar didn't know or trust these guys.

"How are you?" Kurt said, a contemplative tone to his voice.

"I'm great. I was thinking of taking a morning walk," she said to Vicki. "Do you guys need anything?"

"I could go for a sandwich," Vicki said.

"Same," Kurt replied.

"It's eight in the morning," Skylar said. "I'm not sure who is serving sandwiches right now, but I can see if I can figure something out." She thought of the menu José had scribbled his number on. There had been a sandwich listing somewhere on there.

"A burger," Vicki said. "Except for I don't want to hurt the cows anymore."

Okay, so she must still be feeling the afterglow of whatever pill. Skylar pulled a bottle of sunscreen out of her purse and handed it to Vicki. "Put this on so you're not in pain later."

Vicki accepted it like some kind of sacred gift.

"Thank you, Skylar. You're the best friend I ever had." She squirted some in Kurt's hands and he started rubbing it on her shoulders and then her body. "You're my best-best friend."

They were getting heated up.

"You guys," Skylar said. "No sex on the beach, okay? There are other people around."

She laughed and headed back to the room. The Señor Iguana's restaurant menu said, "Open at 10 a.m. Drinks all day." Thank goodness Tom had stayed asleep.

She didn't know exactly how far it was, but she knew it was on the main drag. Before she left, she put some bicycle shorts on under her sundress, so her legs didn't rub together, and made sure she had water and sunscreen in her bag, her phone and her wallet, then she started off walking north toward the bar.

A bus sped by. People drove really fast here on the narrow streets. Staying plenty far from the curb, she meandered down the sidewalk in the morning sun. There were lots of buildings under construction. She'd heard a hurricane had hit them sometime last year, and so they were either building new tourist destinations, or rebuilding old ones.

A construction worker whistled at her and she ignored him.

It was a longer walk than she had anticipated, but she hadn't done much in the last two days except for lay by the pool and drink tequila.

As the cars whizzed by and she focused on the sidewalk in front of her, she thought about what Vicki had said last night.

"We're wired to love and be loved, and to have fun doing it."

She could have tried to text José Mateo last night, but she didn't really know how that worked. Would it be extra money? She could not afford to go home to an international phone bill. Maybe he would be there today. What would that be like?

He was sexy and he seemed kind, but really, what good would a fling do her? She was too old for one-night stands, or even one-week stands.

He probably wouldn't be there, anyway. If he didn't get off of work until 3:30 a.m. he was probably still asleep. She'd go in and get the sandwiches, and then walk back to the hotel. Easy. She hadn't been alone much this week, so it would help her energy level to be alone with her thoughts. Being a Pisces could be exhausting sometimes, always soaking up other people's energy and feelings without meaning to.

The bar looked different in the daylight. There were no red ropes outside and barely any people. She looked at her watch: 9:59. No hostess came out to greet her, and there was no line.

She stepped into the dark bar, and sat down on one of the stools. A cluster of frozen drink machines churned against the wall under funny wooden signs that said things like, *We won't tell your parents.* And, *What happens in Mexico stays in Mexico.*

There were souvenirs: tee shirts, beads, and stuffed iguanas in sombreros. The music playing over the speakers sounded like Jimmy Buffet in Spanish, with more syncopated percussion.

A guy in a white shirt poked at a computer.

When he saw her he said, "Hola," and put a drink menu in front of her. "How are you?"

"I'm fine, thanks. Are you open?"

"Yes," he said. "We are open as of . . ." He looked at his watch. "Now." He smiled. "Can I get you something to drink?"

After the warm walk, she'd felt a little like a drink. Maybe something frozen. "Could I have a frozen margarita?"

"Of course." There was something musical about Mexican-spoken English. Something that made the English language prettier, somehow.

She pulled out the folded up menu with José Mateo's number on it as the bartender poured a tall glass full of light green frozen drink. This was probably a fun place to work. She studied the menu and found a veggie burger. There. Skylar would get a veggie burger for Vicki and regular burgers for the guys. And she'd get them to pay her back.

After she placed her food order, the bartender said, "You are the girl."

Skylar didn't understand what he meant. Maybe he didn't speak perfect English.

"I'm sorry?" Skylar said. "¿Lo siento?"

"Hablas a español," he said and smiled. "¿Eres la chica de Mateo...*la amiga* de Mateo?"

She thought she understood this, though. *Are you Mateo's girl? The friend of Mateo's?*

"Oh," she said. "Sí." She answered without really thinking about it and before she could say anything else, he said, "Un momento," and disappeared through a door.

He knew her, too? This daytime bartender? Had she met him? There had been so many people around that maybe she didn't remember.

José Mateo came around the corner. His face glowed when he smiled and her stomach flipped. He was wearing a blue tee-shirt with a surfboard on the front of it, and he didn't have his headband on. His hair was almost blue black in this light, and tiny, spiky clumps of it framed his face.

He wiped his hands on the white towel wrapped through the belt loop of his cargo shorts and she bit her lip.

"Hi," he said. "Welcome to Señor Iguana's daytime."

José stayed behind the bar and propped both of his hands on it, leaning forward so her drink was between them. She noticed the lines of his arm muscles as he lowered himself toward her and then pushed himself off, like he was doing a push-up on the bar. "You came back."

"Yeah, sorry about last night. I got caught up with my wing-woman duties." Nervously, she pulled the yard glass of margarita down from the bar and took a long, limey drink. So maybe she didn't have to sleep with him this week, but she could flirt with him.

"Day drinking," he said and winked. "Are you on vacation?"

"My friend and I are here for the week."

He ran the length of his teeth with his tongue, and for the first time she wondered about kissing him. The flipping feeling in her stomach moved a little lower into her abdomen. She adjusted her sundress and crossed her legs.

"Do you work days *and* nights?"

He shook his head. "Nights. Staff meeting today." He leaned down again, and leaned back, holding his weight with his arms.

She took another drink. "What do you do on your days off?"

"Whatever I want." He smiled.

She saw that look in his eye again, like Vicki said about their dance, some kind of kindness and longing and passion. Soft and inviting, like a midnight bonfire.

"Whatever *you* want," he said.

She wanted him to keep looking at her.

"My friend is hungover. I came to get her a veggie burger."

"That is nice. What are you doing after?"

She should have taken a shower before she came. Or even put on some mascara? She'd just thrown her sunglasses on and taken off.

"I'm on vacation," she heard herself say. "I don't have any plans."

He leaned in again. "Can I take you out?" he asked. "To dinner?"

His spirit seemed so young, but his eyes were wise. And this was a man move, for sure. Maybe it would be fun. And maybe he would keep looking at her as though she was made of stars.

"Yes, you can take me out to dinner."

She never said yes the first time back home, but she was on vacation.

"Where are you staying?" he asked.

"The Sheraton," she said.

"Fancy," he said playfully. "Can I pick you up at seven?"

"Sure," she smiled.

"I will meet you out front?" He pushed himself back from the bar one last time. "I will look forward to it."

The bartender emerged from the kitchen and handed her a bag.

Chapter Seven

Skylar found Vicki and the guys still at the beach sometime around eleven-thirty. They looked even more ragged.

"You guys, I brought lunch. But you have to come up to the pool." The sun hung bright in the turquoise sky over the blue and green layers of water. Children and families swam in the sparkling light.

Vicki had begun to turn red already.

"Vic," Skylar said, "You're getting sunburned."

"I know, I love the sun."

"No," Skylar said, "It's going to hurt later."

She got them to pick up their towels and led them up to the pool to sit under an umbrella. She opened the boxes and handed them out, two veggie burgers for the girls and two regular burgers for the guys. "It's twenty-five dollars for the burgers," she told Tom.

He pulled out his wallet and there was nothing in it. "You are an angel," he said with wide eyes. "I have more cash in the room."

Skylar opened her and Vicki's boxes and started eating. A waitress came around and they all ordered rum runners, and charged them to their rooms.

"I love you," Vicki said to Skylar.

"I love you, too, Vic. After this, let's go back to the room and take a nap."

Most of the meal, the four of them stayed quiet.

In the room Skylar put Vicki in the shower and then got her to rub some aloe on her reddening skin. "I think I'm in love with Kurt," Vicki said.

"That's great. You are also probably feeling the after-effects of whatever you took last night." Skylar shook her head and couldn't help but laugh.

"I look pink," Vicki said, studying herself in the mirror.

"And you are going to be red and blistery unless you put on sunscreen every hour on the hour when you are in the sun this week."

"Okay," Vicki said. "You're the best, best-friend." She laid down on the comforter and fell asleep.

Vicki was still asleep at 5:30 p.m. when Skylar dressed for her date.

She decided on her own short black dress, because you couldn't go wrong with a short black dress, right? She tied her hair into two braids and she'd been lucky she hadn't burned yet. Her skin was tanned almost to bronze. While she slipped a thin headband over her hair to keep the wisps from flying around, doubt creeped in. What was she doing?

Her mind raced as she tried to calm her inner fears.

Going out to dinner with a young local waiter? Going out to dinner with a guy who looked at her like he was dreaming. Going out to dinner with a guy who seemed kind and confident and fun. Going out to dinner. Going on a date. Going on a date with a guy she had danced with two drunken nights ago who kind of turned her on. Going on a date with a guy who could *dance*.

Who spoke Spanish and gave her his number and let her use his VIP pass and who had bought her and her friends drinks.

Going on a date. With a guy. Who seemed kind.

She'd brought her vanilla lotion from Victoria's Secret, her favorite scent. It smelled exotic, like vanilla beans and white chocolate. She used to only wear it on dates, back when she went out on dates. That's why she still had so much left.

She was going on a date.

She didn't really have many sexy undergarments anymore, but she had these purple lacy bikini briefs and a matching bra. She wasn't planning on anybody seeing them, but at least it would make her feel sexy.

At the last minute, she put her bicycle shorts on underneath the dress. She wrapped her small black purse around her shoulder and her neck, so that it hung against her waist. Maybe she could get a funkier purse this week.

José pulled up at exactly 7 p.m., in a black Volkswagen Jetta.

The car was shiny and clean. As she walked down the steps in her strappy heels, she remembered how hard it was to walk in strappy heels, and why she preferred flip-flops.

Two guys—a concierge, and a bigger guy with muscles bulging out of a security shirt—stood behind a lectern and watched her descend the steps.

José got out of the car, waved, and met her at the bottom, grabbing her hand as she hit the street level. He kissed the back of her hand and nodded toward the concierge and guard. Then he opened the passenger door, and closed it gently behind her.

Her hands were a little shaky. She put her sweaty palms on her knees, and discreetly wiped them on her dress.

The inside of the car was clean, too, and smelled new. The seats were cream colored and a Saint Christopher medallion hung from the rearview mirror.

"That's cool," she said. "Saint Christopher?"

"The patron saint of travel and tourism. A gift from my sister. You look beautiful."

He was wearing a dark blue button-down shirt and light gray shorts. She did feel good in her body today; the walk had renewed her energy. She was getting used to his scent: sweet and sweaty and clean.

The windows were rolled down but the A/C was on high. He slid a CD into the player. The guitar intro of Tom Petty's *Wildflowers* started. She loved this song. This whole CD, actually.

"You like Tom Petty?" She didn't know why she was surprised.

"I love Tom Petty." A moment passed before he said, "Are you surprised Mexicans like American music?" He ran his tongue over his teeth and smiled at her.

"No, I'm, just, surprised." She hoped she hadn't insulted him. "Because I love this song."

"Good," he said. "I would like to surprise you with things you love." He downshifted at a stop sign. The cars in the lane next to them seemed really close.

"The streets here are narrower than the ones where I'm from," she said.

"Where are you from?" he asked.

"Ohio. Los Estados Unidos." She was glad he didn't mention football. "Are you from here?"

"Sí," he said. "Merida. What do you do in Ohio?"

She tried to answer in Spanish. "Yo soy una maestra de arte. A niños."

His eyes sparked. "You teach art to little kids . . . fun." The traffic started again and she watched his hand navigate the gear shift. "Meaningful."

"Well, it's not dancing with tourists and pouring tequila down their throats, but it has its moments," she teased. "Where are we going?"

He simply laughed.

"I thought we could get out of la zona hotelera. Maybe drive into Cancún Proper?"

"La zona hotelera?" She crossed her legs so her right knee pointed toward him.

"The hotel zone," he said. "Cancún proper is where we live. Less hotels and more real restaurants." He turned. "Unless you want to go to one of the tourist bars. I try to avoid the tourist bars on the days I do not work."

"I trust you." She trusted him? After knowing him for two days? But she did for some reason. At least for a date.

"Do you like the food here so far?"

"I think so?" she said. "I had a tamale one time in Mexico city that was bad."

"¿Has estado en la cuidad?"

"Sí," she said. "I went to Mexico City when I was in high school. With the Spanish Club. A long time ago."

"¿Dónde aprendiste español, allí?"

She understood his Spanish better than she thought she would, but she didn't always know all of the words she wanted to say.

"Sí," she said. "I learned in high school."

Already she was having fun.

Tom Petty's song turned into a harmonica and *You Don't Know How it Feels*. She listened to this song over and over after she and Troy broke up. After she had walked in on him and her roommate. Not only had it shattered her trust in men, but it had shattered her trust in friendships, too.

She'd gone solo for a long time after that. Stopped hanging out with anybody her age, stopped going out, and stopped trying to find a guy to settle down with.

She watched out the window as the traffic lessened and the rows of hotels transformed into smaller houses and resembled more of a small town. She read advertisements for English lessons and Spanish lessons, for-sale signs and for-rent signs.

For a minute she let herself imagine moving here. She could learn better Spanish and teach art classes, couldn't she?

It was something to think about. Everybody seemed happy all the time here.

They took a couple turns and then pulled up in front of a modest wooden building that looked like a museum, with pillars holding up the front porch. The sign said, "Mariposas: La Restaurante De La Gente."

José turned into a gravel drive that opened up into a small parking lot. He rolled up the windows, parked the car, and opened his door.

"I will get your door," he said.

Skylar wasn't used to being treated with chivalry. She quickly flipped down the mirror on the sun visor and checked her face. She'd put on some light eyeshadow and blush, and a little mascara. Good enough. She pulled out some chapstick and rubbed it on her lips before he opened the door on her side. She did have a little sunburn.

She lifted herself up onto her heels and he offered his elbow to her. She wrapped her arm inside, grateful for the help. They walked up the steps to the porch of the restaurant and into the door. The lip of one of her shoes caught a rock on the ground and she stumbled, but he caught her.

She was embarrassed.

"Are you okay?"

She straightened. "I usually wear flip-flops."

"I do too," he said and smiled, sticking out his own foot. "On my days off."

The restaurant was decorated in reds and golds. Wooden chairs sat around small tables with white, green, and red table runners situated in the middle under candles in glass globes.

"¿Reservaciónes?" The hostess asked.

José said, "De La Crúz, José Mateo."

A small lantern hung over a private table by the window where they sat. José pulled her chair out for her and then sat down himself. The menus were large black books written in Spanish. The windows didn't have screens, just shutters open to the beach breeze and the smell of tropical trees.

"I might need help with the menu," Skylar said.

"Sí," he said, "vino?"

Skylar said. "Sure."

"¿Blanco, o rojo?" he asked.

"Blanco," she said. White wine sounded nice. When the waiter approached he spoke to both of them, but Skylar only understood half of what he was saying.

"The special is oysters," José said. She recognized him order "Sauvignon Blanc."

She wasn't necessarily a picky eater, but she almost always ordered the same thing. *Ensaladas* on the menu meant salads. And she found the word *salmón*.

The waiter came back quickly and poured them both waters from a bottle, and then with a white towel over his wrist he poured them both glasses of wine, letting José try his first.

José ordered a filet and shrimp and Skylar did her best to order a salmon salad. The waiter didn't ask any extra questions, so she must have gotten it right.

"So," José said, sipping his wine. "Thank you for coming out with me." He did that thing he did with his tongue on his teeth. "I did not know if you would come."

She liked his kind confidence. His wide smile. Skylar sipped her glass of wine. It was sour with a hint of sweet.

"Thank you for asking," she smiled. "I haven't been on a date in a long time."

"¿Por qué?" he asked. He sounded genuinely surprised.

She considered his question. "How much do you want to know about me?"

"I want to know it all," he said. "*Todo*."

"Have you ever seen *The Wizard of Oz*?" she asked. "The word for *all* in Spanish sounds like the name of Dorothy's dog."

He returned her smile. "Yes, I have seen *The Wizard of Oz*," he said. "My uncle and aunt live in Texas and we used to go for their Thanksgiving." He studied her. "I want to know all of it. Everything about you, that you want to tell me."

Skylar thought of her high school trip to Mexico. Her mom had made her go. They had gone to Teotihuacán and seen the Pyramid of the Sun and the Pyramid of the Moon. Then to Tenochtitlan, and Chichén Itzá. She couldn't remember which ones were built by the Aztecs, and which ones were built by the Mayans, but inside one of the pyramids had been a jaguar statue.

That trip had changed her teenage life. She'd felt some kind of spiritual energy there that had opened her up to what her mom meant by traveling and seeing the world. She'd had a small glimpse of understanding that life was more than the people in Greenview Falls and bigger than Ohio.

It wasn't something she could articulate so young, but that's when she started to feel like her life had a purpose and a path, although an unknown one. She wrote about it in one of her journals when she returned home, and she'd typed it up, printed it, and taped it into her scrapbook.

Life is sacred, was pasted above a touristy photo of her high school class, posing in front of a pyramid, along with a note to herself: *Remember The Temple of the Butterflies.*

The trip was the one that made her think her life might have a destiny. Funny she was thinking about that, now.

"I walked in on my last boyfriend sleeping with my roommate," she said. "And, they had been hiding it from me for six months."

Why was she starting here? With this?

She meant for it to sound matter-of-fact, but she heard residual pain in her voice. "I thought he was getting ready to propose. Marriage? I'll probably never get the image out of my head."

José nodded.

She took another sip of wine. This was not the way to start a date. Why was she dumping all of her stuff on him? Well, he had asked. If they only went on this one date, she might as well be honest.

"I thought he was the one. But maybe worse, I thought she was my friend. So, I gave up on dating, really. I teach, I come home, I hang with my family sometimes, and I paint."

Was she really going to tell him everything? Maybe she was.

She looked out the window and at the moon hanging over a horizon of palm trees. She was glad to be away from the hotel zone and all of the partiers.

Maybe she had said too much. She was nervous-talking. *Damn.*

"I like to read," she added.

"That is awful for you." Then he laughed a large, loud laugh. "I am sorry for laughing. Some men are so stupid," he said. "I mean," he apologized again, "lo siento. *That* man is so stupid. That man did not know what he had. Which is lucky for me."

His laugh was contagious. It did feel good to laugh. She didn't think she was hurt by the situation anymore, only slightly perturbed now at herself for trusting the wrong guy. Or any guy, really. Mostly, she'd been humiliated by it all.

"What about you?" she asked. "Do you always take the tourists out to dinner?"

He took the napkin from the table and put it on his lap.

"I do not."

She put her own napkin on her lap.

"We are supposed to show the tourists a good time at work," he said. "We are not supposed to—¿cómo se dice, how do you say . . . fraternize with them after?"

"Really?" She studied him to see if he were being truthful. "So, why did you ask me out? You could get into trouble?"

José propped his elbows onto the table and clasped his hands together. "I saw you walk in," he said. He fidgeted then. "Your eyes are electric."

"And your aura." He hesitated, put his clasped hands against his lips, then lowered them. "How much do you want to know about me?"

She nudged his foot under the table and echoed his words.

"All of it. *Todo*. That you want to tell me."

Maybe it was the wine, but she was enjoying her date so far.

He took a longer drink.

"Okay. So, when you walked in, I said to my friends, *that is my dance. I am dancing with that girl tonight, so stay away from her,*" he laughed. "Sometimes the American girls are . . . really drunk. Like, messy? And sometimes, yelling . . . there is something different about you. I like the way you carry yourself." He briefly looked down at the table and then back up into her eyes. "When I saw you, I was—I do not know the English word—¿cómo se dice, how do you say, mesmerized?"

His face turned vulnerable and his eyes lucid. Did he just say she was mesmerizing? Her chest might be on fire. An opening feeling, and the moment stretched. She'd forgotten what it felt like.

Was he just saying this because he was after something? Or was he saying this because he meant it?

"I would not usually tell you this, but you said *todo,* and I do not know how long I have with you."

The waiter arrived with their plates.

"Tu filete miñón con camarón," he said, presenting them proudly. "Y la ensalada con salmón."

José Mateo's words had all but pulverized her. Was he being real? She should say something back, something equally complimentary. She lifted her fork and took a bite of salmon.

"I enjoyed dancing with you to Sade."

He folded his hands together, closed his eyes, and then did the sign of the cross over his chest. Then he picked up his fork from the tablecloth.

She needed to lighten the conversation.

"Tell me more about you," she said. "What do you do other than dance with tourists at Señor Iguanas and feed people tequila?"

His laugh lighted up his whole face. He offered her a piece of shrimp, and she took it with her fingers from his fork.

"I am studying Hospitality Management and Tourism at the University." The shrimp tasted of garlic and lime.

"What will you do when you graduate?"

"I would maybe like to become a travel agent, or manage something bigger." He scratched his face. "Dancing with tourists is fun, but I do not want to do it forever. Sometimes I do not feel like being the life of the party." His eyes turned pensive. "I want to settle down someday, you know? Have a career that is not just a party."

Skylar didn't have anything to say to this; it made sense.

"I want to travel the world, and visit all of the sacred places. Sometimes here I feel like, how do you say, the American chipmunk guys?"

Skylar laughed. "American chipmunk guys?"

Her laugh turned into a giggle and he laughed along with her.

She had no idea what he meant. She thought of *Alvin and the Chipmunks*, the old cartoon.

"Sí," he said. "The dancers, in their underwear. ¿Cómo se dice, how do you say, strippers?"

"Oh!" She almost spit out a piece of her salad. "Chippendales. They're called Chippendales in English, the dancers."

Chapter Eight

"Do you want to come back to my house with me? It is not much, but, I will probably be up half the night."

They were finishing their plates, both having two glasses of wine each, and he was splitting the final glass in the bottle with her, pouring some into her glass, then some into his. She stopped him.

"I only ever have two drinks," she said. "That's usually my limit. I guess I broke it the other night."

He stopped pouring and apologized. "A girl with boundaries. That is why you carry yourself so well."

She wanted to continue to spend time with him, but she didn't think she was built for a vacation fling. That's not why she came out on this date.

Skylar was having more fun than she expected, though. And he was, well, amazing her so far. Still, she should keep her head about her.

"Um," she said.

"It is okay if no," he said. "I would like to spend more time with you is all."

She wanted to spend more time with him, too. She wanted her heart to keep feeling.

"How old are you?" she asked. He seemed young and jovial, but also mature, so she couldn't tell. "¿Cuantos años tienes?"

"I am twenty-five," he said. "How old are you?"

She didn't want to say it. "I am thirty."

Did that sound old? It sounded old to her.

He didn't flinch.

"How long are you staying?" he asked. "In Cancún?"

"For a week. So, four more days." She wasn't sure she was going to want her vacation to end. She certainly didn't want this date to end yet. She had an idea.

"Why don't you come back to the hotel with me? We can sit by the pool, or we can go down to the beach." She hadn't been down to the beach yet at night. She pictured it as being romantic. Maybe she was beginning to feel romantic.

Plus, there'd be other people around, just in case.

"I cannot," he said.

"Oh, okay."

Suddenly she got worried. She hadn't even asked.

"Are you married?" she blurted out.

"No, no," he said. "I am not married."

"Do you have a girlfriend?" she said, less urgently.

He smiled a big, comfortable smile. "No, yo no tengo una novia," he said. "I do not have a girlfriend, Cielo. I am not a two-girl kind of guy."

She wanted to believe him, but she still didn't know if she trusted him.

"I know some guys are that way, but I am not that way. I promise you, on my Saint Christopher coin." He pulled a small medallion out from under his collar; it was silver on a black leather band. "My last girlfriend moved to California with her family, and we lost touch."

"Do you have children?" she asked. Why had she not thought until now to ask these questions? Why was she getting so personal?

"I do not have niños," he said. "I have a dog. A white pit bull named Junior. He showed up at my door one day, wanted to come in, and never left. He is hyper and fun, and my main companion for now."

She watched his strong jaw contract and recede as he chewed on his last piece of steak. Then his red lips, as he perched them on the wine glass and took a swallow. "Do you have children?" he asked.

She hated when people asked her this question. She'd left herself wide open for it, though.

"I don't," she said.

In Greenview, everybody wanted to know why she wasn't married or why she didn't have kids. They always asked as if it were something wrong with her. She hated having to explain it. It was too long a story, and anyway, it was too personal.

But he didn't act that way. He only took up that dreamy look in his eyes.

"I am not allowed at the hotels," he said nonchalantly.

"What?" she asked. "What do you mean?"

He set down his fork. "The hotels do not let locals in with the tourists. Unless we book rooms ahead of time, we are not allowed to stay there, or even visit."

This seemed strange.

"I mean," she tugged at the hotel bracelet on her arm. "I can just tell them you are my guest. I am paying them to let me stay there, so they should let me have a guest if I like."

"I am not all-ow-ed," he said this last word with all of the letters drawn out in pronunciation, as if she hadn't understood him the first time.

It made her laugh. He laughed with her.

"En serio," he said. "They will not let me in."

"Well," Skylar's moon sign, the Aries part was coming out—sometimes stubborn. "I'll just tell them that you are my guest, or, I will buy a bracelet for you and you can use it whenever you want this week."

"I am not all-ow-ed," he said again. "They will not let me in. We will not get past security."

The waiter cleared their plates.

"Señor Jefe will be coming out for a word. Would you like another bottle of wine?"

"No, gracias," José said and smiled.

A big guy in a black chef coat came around the corner, wiping his hands on a towel hung at his waist. He had dark, dark skin and a giant smile.

Was everybody who worked in Cancún always happy?

"Mateo!" he said. "¿Cómo estás?" José stood up and they slapped a high-five, did a handshake, and pulled themselves into a hug.

"Diego," José said, pulling back from him, but keeping his hand. "Hombre," he said. "¿Que pasa?"

"Cómo estuvo la cena?" he asked. He looked at Skylar.

"Diego," José said, "Esa es Cielo. Cielo, Diego."

"Skye?" Diego said, and reached out his hand. She stood up, smoothed her dress, and shook his hand. He embraced the back of her hand with his free hand. "Mucho gusto."

"Nice to meet you," she replied.

"¿Es la chica del baile?" Diego asked Mateo.

He'd told Diego about their dance?

"Sí," he said. Mateo's copper cheeks turned a little pink.

"Tienes razón," Diego said. "Ella es impresionante."

Skylar thought that meant, *she is stunning?*

Mateo's cheeks turned redder. He smiled at Skylar, anyway.

Embarrassment crossed Diego's face.

"¿Ella habla español?" he asked Mateo. "She speaks Spanish?"

"Poquito," he said and smiled.

"Lo siento," he said, and he let out a huge, booming laugh. "José dice que era muy inteligente, divertida, y bonita. Es verdad."

Fun, intelligent, and pretty made Skylar's cheeks redden now.

José grabbed Skylar's hand, and wrapped his fingers in between hers.

"La cena fue maravillosa," José said. "Gracias." He turned to Skylar, "Diego is the main chef here."

"Oh yes," Skylar echoed Mateo. "Dinner *was* wonderful, thank you."

Diego said, "I speak a little English. To where are you going next?"

"We do not know yet," José said. "We were just talking about it."

"There is a salsa band playing on Isla, on North Beach. You could still ferry the ride."

"We could still catch the ferry," José said, lifting his arm and finding his watch. "Do you want to go dancing?"

"Sure," she said. She wanted to spend some more time with him. This was fun so far.

"I will meet you," Diego said. "Mucho gusto," and he and José shook hands one more time before he headed back into the kitchen.

On their walk to the ferry station, a big black truck sped by them. It was loud and erratic, and had two large balls hanging from the hitch. José pulled Skylar away from the curb of the sidewalk.

"Borracho," José said. "I'm sorry. That guy is driving drunk."

Skylar laughed. It hadn't really scared her.

"In the states, we think guys with big trucks and those . . . hanging things . . . are trying to make up for something."

"What do you mean?"

She tried to say it in Spanish. "Pensamos que hombres con . . ." She didn't know the word for trucks, or those weird decorations. "Cómo se dice . . . big trucks. . . con huevos . . . tiene penes pequeños."

She was hoping she said *small penises* correctly.

He let out a huge laugh.

Chapter Nine

The ferry station wasn't as busy as Skylar expected. Some sunburned folks were stumbling off of the boat, and walked past them in a line. José walked up to the counter and said some things in Spanish, exchanged some money with the attendant, and took two tickets from him. José led her down the wooden dock and handed a guy their tickets. The blue and yellow boat had two levels.

José said, "Let us sit on top. It has the best view."

They climbed the stairs and sat in a row of chairs. The view, even in the dark, was breathtaking. Water and sky and white sand; a slight, steady wind blew over them. A boy, maybe nineteen, stood at the bow of the boat with a guitar. He tuned up and played The Beatles' song, *All You Need is Love,* in a distinct accent. A tip jar sat on a stool in front of him. There were locals maybe catching a ride back to the island, sitting quietly.

The water was smooth and the moon crept in and out of bands of white clouds.

When the song ended, a few people clapped. José got up,

put two American dollars into the tip jar, and whispered something to the musician.

He smiled at Skylar, nodded, and began to play *When I Saw Her Standing There*. José sang to her, enunciating the words in a way The Beatles never did.

They sat together holding hands, as Skylar prepared herself to go dancing. She had taken a Latin dance class in college, but it was over ten years ago. She hoped she could at least remember the steps.

Merengue was her favorite. Dominican music just made you want to dance. Salsa had been harder to learn, but she'd really liked her teacher. And her teacher had been patient.

"We came to Isla on our trip in high school," she said, "but it was a long time ago."

"It is very different in the last few years. The storms hit and they rebuild, but when they rebuild they rebuild bigger. More hotels all the time. I wanted to live here, but it is muy rico."

"The hurricanes?" she asked.

"Part of life here. Mother ocean wants us to know how powerful she is. Diego lives here," he said. "He is written up in all the newspapers for his restaurants."

"His food was really great," she said.

José pointed to the light above the skyline in front of them. "The island is named Island of Women, for the Mayan goddess Ixchel. She is the goddess of life, fertility, and happiness. Our ancestors say she lived here with a group of women friends."

Skylar would like to live here with a group of women friends. The place was magical and lush; there was a simmering energy about it.

They exited the ferry and walked toward a sign that said, *La Terminal Marítima*. He led her by the hand, taking special care to walk slow.

Even so, Skylar tripped again, which made both of them laugh. Her cheeks were getting sore from laughing.

"We can walk on the sand," he said. "So you can take off your shoes."

The terminal opened to a cobblestone street. To the left was a giant church and courtyard. Scooters and golf carts were parked sporadically against the streets. There were people out and about, but it didn't feel crowded.

José and Skylar turned to the right, and carved a path toward the water. Music echoed over them. An opening of tropical bushes found them in a secluded area with nothing else around but the sound of waves crushing against the sand, and stars gleaming all across the sky. The white sand gave off its own sparkling light of the moon, bright, as if adding daylight.

She stopped, held on to his shoulder, and unhooked her shoes. The sand was cool under her toes.

"Let me kiss you?" he asked.

Chapter Ten

She wanted this moment to stretch out into infinity, like the pool at their hotel, and overflow. Her heart was still warm and she was on a date with a gorgeous and funny guy, and they were looking out over the giant calm ocean and surrounded by tropical vegetation.

Skylar peered at him, trying to see his intentions. A vacation fling, was she going to let herself have a vacation fling? She couldn't remember the last time she'd had this much fun with a guy, if she'd ever had this much fun with a guy. Should she trust him?

He laughed in the space of her silence. "I have been thinking about kissing you for three days." He put his hands under her elbows and his smile stayed steady. He ran his tongue over his teeth and pulled her body close to his. She closed her eyes and tilted her head toward his face.

His lips were soft and strong and his tongue barely touched hers, then receded with the sound of the waves. The energy around him felt safe and pure. She let herself surrender to it, and felt her body begin to crave.

José pulled back. "Thank you," he said and laughed. "We can go dancing now."

He clasped her hand again and they continued walking.

"You smell like cookies," he said.

Her vanilla lotion. She felt a little dizzy. His hand was tight and sure around hers.

"It's so beautiful here," she said.

They could hear the music before they could see the bar. A line of hotels on their left, umbrellas and chairs situated on the sand, and the ocean stretched out on their right.

"This way," he said.

White holiday lights hung from a thatched roof with people mingling underneath an open-air venue. The band was in the corner with conga drums, a guitar player, an upright bass, and other instruments Skylar didn't know the names of.

Percussion instruments surrounded a smiling drummer, bobbing his head.

"This is Playa Norte. It is the touristy part of Isla, but the music here is good."

"Does anybody know the merengue?" the lead singer said. A few people cheered. The band started in on a driving eight-beat. José began to dance and Skylar followed him, dancing a little herself. He led them to the bar.

A tall and skinny guy with an armband asked in Spanish what he could get for them. Vicki's words echoed in her mind. *Why don't you let him love you for the week? What could it hurt?*

José turned to Skylar. "What would you like?"

"A virgin margarita," she said. *And maybe one night with José Mateo.*

"Dos margaritas sin tequila, por favor," José said.

The bartender pulled three limes from a basket, juggled them, then put them on a cutting board and sliced them in half.

Then he juiced the halves on a metal juicer and poured it into paper cups, topped them with ice, something else, and dipped two lime wedges in salt before he placed them on the cups and said, "Cien pesos, por favor."

José pulled out his wallet and handed him twelve American dollars.

Maybe I could live here, Skylar thought.

He led her to a wooden high-top table and they sat down and sipped their drinks. She placed her heels on a chair next to them. A couple was on the dance floor swinging each other around.

José turned to her as if he were going to tell her something, and he stole a kiss this time, quick and sweet. Her lips were still puckered when he pulled back.

"Let's dance," he said.

The band still played the merengue beat. Skylar knew the merengue. She left her shoes at the table and followed him out, feeling sexy in her dress, and marched her toes to the music.

He turned around and spun her, then lined his hips up with hers. She felt like she was in a movie, and the thought made her laugh. She kept her feet moving, and her center strong.

"What is funny?" he asked, putting his hands on her waist. He gazed down at her hips moving back and forth and bit his bottom lip.

"I feel like I'm in that movie," she said. "*Dirty Dancing* . . . the Cuban one."

He took her hand and spun her around again. She followed his lead, and then he pulled her close to him with her hand clutched in his against his chest.

"You know the merengue? God, you are my dream girl."

He chuckled and spun her again. She had forgotten how dancing made you feel seductive.

She put her hands on top of her head and then raised them up over her as she mirrored his movements, still moving and twisting her hips with the eight-beat.

He moved forward, then moved back, skimming her body with friction and heat. She kept moving.

He stepped closer, and then stepped away. His tongue crossed his lips as he watched her. Then the song ended.

José took both of her hands and spun her around.

The band started playing a salsa beat.

She stepped forward with her right foot, then back with her left.

"You know salsa, too?" he asked.

Maybe his playful smile was permanent.

"Un poquito," she said. "I am not that good."

There was no time to tell him how many times she had stepped on her teacher's feet. The other dancing couple looked like professionals.

José danced like he was born dancing, like it was in his bones. She tried to mirror him.

Her teacher's words ran through her mind. *Stay small, feet out.* She was keeping up.

"Where did you learn to dance?" she asked.

Quick-quick, slow. Don't bounce.

He spun her around, and then held both of her hands in his, one elbow up, one on her waist. She placed her hand on his shoulder.

Roll your feet.

"In México," he said over the music, "we dance for everything. At parties . . . we dance at parades and festivals. We just like to dance."

She moved her feet. *Quick-quick, slow.*

Step forward, center, step back.

"What about you, Cielo? Dónde aprendiste a bailar?"

"In college," she said. She'd tried to talk Vicki into taking Latin Dance with her, but Vicki had taken Self-Defense.

Skylar kept up, grateful for her muscle memory. Her hips and waist moved with his, and she let him lead her, forward and back, in and out. He locked eyes with her and she stayed centered in her core.

God, he was sexy. She stepped on his toe.

"Ah," she said. "I'm sorry!"

He pushed her out and pulled her back in closer, his lips against her neck as she fell back in step.

Step forward, center, step back.

"You are good," he said. "Stay with me." He lowered his hands on her back.

Skylar focussed on the rhythm of his body.

At the end of the song he ran his arms up the sides of her dress and wrapped his fingers into hers above them. Then he twisted her around so her back was to him, and held her there, clutching their hands at her waist.

She closed her eyes and felt his strength bulging behind her. His scent enveloped her, sweat and cinnamon and lime.

He whispered into her ear. "I am sorry. I am really turned on." José's lips brushed her neck again, and he spun her back to facing front. "Let's take a walk?"

People in the crowd cheered, and the band started in on another song. She was not used to being turned on in public.

The air was hot and thick. She pulled him toward the table where their drinks were sitting, picked them up, and she took a sip of lime out of a paper straw.

They strolled hand in hand out toward the water where a wooden swing rested under a palm tree.

She sat down next to him. His dark hair glistened with sweat.

"We will have to go soon, if we want to catch the ferry back." He stared out over the water. "The last ferry ride is ten-thirty."

Chapter Eleven

She watched the white edges of the waves touch the sand, then disappear, then roll over and touch the sand again. He put his hand on her knee, sliding his fingertips underneath the lip of her dress.

"Unless you want to stay longer on the island. Diego has a boat."

He kissed her again, this time deeply and slowly, and her body responded with openness and trust. Her mind was telling her to be cautious.

She pulled back and stared at his lips. "Diego has a boat?"

It occurred to her that this might not be the safest, smartest thing. She was on an island with a guy she barely knew, and she was considering spending the night with him.

Nobody else knew where she was.

She studied his eyes again; the gentle, dark fire.

Nobody else really cared, though. Maybe Vicki had woken up and would be wondering where she was, but otherwise, she *was* on vacation.

"Vicki might be worried about me."

She turned to him and tucked her foot against her leg.

"Do you want to call her?"

Skylar reached into her tiny purse and pulled out the phone, flipped open the top, and looked at it. Two missed calls. *Vicki*.

"Does it cost more money to call from here?"

Skylar could send her a text. Whatever. If it was more expensive, she could pay off the bill later.

Her hands trembled as the punched out the letters.

"I am on Isla Mujeres with José. I will see you in the morning."

She pressed send, and hoped it went through.

Diego came up behind them.

"Here you are," he said. A smell of cologne had replaced the restaurant smell, and his hair was slicked back, his clothes clean.

He held up a cup with an orange slice on the side.

"¿Qué pasa?" José said.

"Que noche bella," he said.

José turned back to Skylar. Then he said something to Diego that Skylar didn't understand, but Diego said, "Of course."

"Diego says we can stay on his boat tonight, if you want. I am not trying to be, ¿cómo se dice . . . how do you say, presumptuous? I will sleep on the couch and you can sleep in the bed."

"Do you have more friends?" Diego said from behind them.

Skylar laughed. "I have one friend," she said. "Uno."

"Is she as pretty as you are pretty?" Diego laughed.

Skylar laughed, too. "She is prettier."

"Can you call her?"

"I tried to text," Skylar said. "She had a long night last night."

While José translated, Skylar unflipped her phone and checked the messages again. No new messages.

She was probably fine.

"Okay," Diego said. "I am going dancing."

José and Skylar were alone again, with the sound of the waves below the clear sky, sitting on the swing. Her energy calmed. She finished the last of her margarita, and slurped at the ice through her straw.

"Do you want another one?" he asked.

"No thanks," she said, and she set the cup in the sand below them.

He used his feet to rock the swing back and forth. She was content to stare out over the water and sky, to sit here with a handsome stranger.

"What do you want out of life?" he asked her. "In the future?"

She hadn't thought of her past or her future at all this week. She had only thought of laughing, dancing, and now José.

"I like my life," she said. "Sometimes I think about opening a bookstore, but otherwise, I am happy."

"A bookstore," he said. "That is great. And why does an artist want to open a bookstore? Why not a gallery to showcase her art?"

She considered.

"Some of the people in my town don't get to travel. So I think they might not get to experience the world, you know?"

She thought of her students. Their innocence and their brilliance. The way some of them expressed feeling like they didn't belong. The way she felt when she was young.

"When I was young my mom *made* me travel," she said. "She could tell I didn't fit in with the rest of the kids. And other than traveling and painting, books are the thing that opened up the world for me. I want my kids to feel less alone. To have a safe place to go, where they know they are loved, and where they can learn about the world. I think a bookstore would do that."

He touched her hand and clutched his knuckles over it. His palms were sweaty, maybe from the drink.

"I cannot imagine you not fitting in anywhere. Except for, maybe here, you stand out. Do you have bibliotecas in Ohio? ¿Cómo se dice, libraries?"

She smiled. "We do. But I have this vision, of good coffee and serving healthy food, and teaching painting classes at night . . . some of my students don't have the basic things."

She'd never told anybody about this vision. She literally dreamt of it sometimes. She could see the artwork on the walls, and the bookshelves.

"And dance classes," he said. "You could teach the merengue."

She laughed. "I cannot teach the merengue. I can barely keep up with the steps."

Maybe she could let him love her for the week.

"What are you doing the rest of the week?" She locked eyes with him when she asked.

"I am working every other night," he said.

She tried to hide her disappointment. This would be their last night together.

Their only night together?

"Dancing with more tourists?"

He turned to her, "I would like to dance only with you."

He kissed her again. This one was a long one. Gentle, deep, penetrating, then it lifted back into sweetness and softness. Cinnamon. His smile underneath.

She didn't want to have a vacation fling, but she didn't want him to stop kissing her. Skylar turned to stare out over the water again.

"Let's put our toes in the water," she said.

He slipped off his sandals and they walked out toward the edge of the ocean. The warm air on her shoulders, and his hand interlocked with hers. The water reflected the starlight; it was hard to see where the waves stopped and the sky began.

What would be the harm in letting him love her? Just one night?

They waded out so the waves kissed their ankles in uneven rhythms. The water was clear and tepid; she could see all the way to the bottom. A translucent school of fish darted past them, their iridescent bodies turned and scattered.

"What is on your mind?" he asked.

She pressed her toes against a white, spiral shell, and when it turned over, a crab peeked out and scuttled away with the shell on its back.

"Oh, God!" she said.

He laughed at her. "It is a conch. The Mexica, or Aztecs used their shells for tools and trade. Sometimes after storms, large ones wash up, and it is custom to throw them back in the water. Maybe we will find one that is empty, so you can keep the shell."

"Vicki told me I should have a fling with you," she said and laughed.

He grinned. "I agree with Vicki." He looked at her lips and then into her eyes again. "But I am not a fling kind of a guy," he said. "I don't want to only have a fling."

"This might be our last night together. And then I go back to the states?"

He put his hands on her waist and turned to her. She could stare into his eyes for hours and not get bored. The mahogany tones around his irises. She wanted to paint them.

"Maybe you can come back?" He tilted his head to one

side, and then flipped a piece of hair out of his eye. He touched the side of her face with the back of his hand.

She put her hand on his shoulders and thought of their first dance, to Sade, *By Your Side*. The song started up in her mind and played there.

"Or you could come and visit me, maybe?" she asked.

A look of shame passed over his face. It's the first time she had seen this look from him.

"Did I say something wrong?"

"I cannot get papers," he said.

She rubbed her hands over his chest. Wondered for a minute what he might look like without his shirt on. "What do you mean?"

"It is hard to get papers to come," he said. "For us."

She played with the top button of his shirt. An excuse to touch his smooth skin. She fingered his necklace.

"Oh, it's easy. You just get a passport, and then you can travel wherever you want."

"No, it is not that easy. I am telling you, I cannot get papers." He put his forehead against her forehead and then pulled back.

Skylar still didn't understand. "Why not?"

"They do not just let us have passports. Unless we are sponsored by a job or a workplace. There are only so many, and they are mostly for laborers." He shook his head. "It is dangerous to travel without papers."

His hands moved down to the bottom of her dress.

"Some people do it, but sometimes we do not hear from them again. And to get apprehended? Is also not safe."

He rubbed the top of her legs, on the sides. She tried to suppress the desire rising in her chest, and to imagine the future. She didn't know when the next time would be that she would could come to Cancún. She made decent money as a teacher, but she didn't make going-on-vacation-every-year money, yet.

"I have applied for a work visa, but it is still pending. Sometimes it takes years."

"So, this is our only night together." Some regret came through her voice.

"It doesn't have to be." He pulled upwards on her dress, and lowered it down again. "You can come back."

She kissed him, then. She let her body decide, and she pulled him close and clutched the back of his head and kissed him hard and pressed her hips against his, and felt his desire for her, and felt herself trust him.

"Let me show you the boat," he breathed.

Chapter Twelve

They walked hand in hand up the island. This part was quiet and well-kept. Ritzy houses and small cottages sat next to one another in the neighborhood, lit up with sporadic lights, then a small dock with a covering. On both sides of the dock were lines of boats. Some of them were buttoned down, and some of them appeared ready to sail.

Diego had left the key under an orchid plant, and José moved around the boat as if he'd been here many times. The boat was white with gray trim, and *Estrella Del Mar* was painted on the side.

"Star of the Sea," Skylar said. "Is this where you bring the other tourists?"

She was only half-joking.

He opened up a hatch, and led her down two steps into the salon, where a small padded bench of a couch faced a quaint table, bolted to the floor. As she adjusted her eyes to the dark, he pulled the string on a lamp and a warm light covered them. He ran the back of his fingers down the side of her face.

"Diego's mother was named Estrella. I am telling you, Cielo, that you are the only girl I want to dance with." He tilted his head. "We watch fútbol here sometimes." He pointed to a tiny television with an antennae sticking up from it, sitting on top of a mini fridge.

"How do I know you're not just saying that?" she asked. "And that's not some line you use on all of the other girls?"

"I will show you who I am," he said.

She followed him to the cabin, with a bed built into a triangle shape. A waterline rippled on the other side of a circular window. Plush pillows sat atop a gray bedspread.

"José." She still wasn't sure this was right. It felt right. What would it hurt? "I didn't come on vacation to have a fling with a Mexican waiter."

His face dropped as shame crawled up her arms.

"I'm sorry—" she said. *Oh God.* "I didn't mean for that to sound like it did." Why did she say that? "I really like you. I just don't do flings, or one-night stands."

He lifted his head back and inspected her from narrowed eyes.

Then his eyes softened.

"I told you I was not a fling kind of guy." His face transformed into joy again. "And I prefer the title *guía turística*." His tongue ran over his top lip and lingered at the front of his mouth. "But I am more than a tour guide. I am a son, a brother, and a student."

He used both hands to slick back his hair. "And I am in love with a girl I just met from Los Estados Unidos who is named after the sky. She is easy to talk to and she makes me laugh. And she can *dance*."

He sat down on the bed and held both of her hands in his, pulling her closer so his legs were on either side of her waist.

"I am not embarrassed about who I am," he said. "My job is

to show people a good time. It is fun. Most of the time. What can I do," he asked, squeezing her hands so they were palm to palm with his, "so you will trust me?"

She stood hesitating there, enjoying the invisible pull between their bodies. Magnetic and familiar, though she had known him for such a short time. He was probably just saying all of these things he said to all of the other girls.

Still, it was fun.

She liked hearing them.

"Tell me about you," she said. "What are you interested in? What do you want out of life? For your future?"

José kept his eyes steady on hers and grinned.

"I want to travel to every continent," he said. "Visit all of the churches and temples, all of the holy places and the museums. Did you know México has more churches than any other country? Maybe I will write a book about it, or a, cómo se dice, a blog." He lifted his eyebrows.

"I didn't know that," Skylar said. "More churches than any other country?"

"Sacred places have a certain energy. Places where people pray. When the Spanish came to colonize here, they built the churches on top of the temples, because the sites were sacred. The Mexica's cities were maps of the sun and moon and the stars. I want to visit where all of the cultures have prayed, and pray there." He laughed. "I do not usually tell people that. I have been looking for someone to travel with me."

He unclasped her hands, squeezed her waist with his knees, then ran his hands up and down her legs, from her ankles to her thighs. He stopped his fingers just short of the edge of her dress.

"It is a dream, as you say, a vision. Like your bookstore? But it is something I think of."

Skylar set her purse on a small table, put her hands on the

sides of his neck, and wrapped her fingers around the leather of his necklace.

"If you could go anywhere in the world," he asked. "Where would you go?"

Nobody in Greenview ever asked her questions like this. She wanted to go everywhere.

"I have seen some cool pictures of Peru," she said. "And Egypt. There's something fascinating about Japanese culture. Everything seems really green in Ireland, and Thailand. The flowers there, and the huts above the water."

He put his head against her stomach. "Yes," he said. "Let's go to all of those places." He kissed her on the solar plexus, just above her waistline.

José's eyes were almost begging now.

"When you walked into work, I prayed that you would fall in love with me right then." His face was playful, joyful. "You have to come back, though. After this week, will you come back? I want to take you to all of the sacred places in Quintana Roo and Yucatán."

"I will try and come back," she said.

"We can just go to sleep tonight if you want. I want to spend time with you however you want to spend time." His eyes were like burning pools of light she wanted to climb into and drink with her soul.

Still, she was cautious.

"I haven't had good luck with men," she sighed. "So I'm not sure it's a great idea to jump into something."

"Come on then," he said. "Let's go sleep on the deck. I want to see what your face looks like while you are dreaming under the sky."

José released the edge of her dress, pulled the comforter from the bed, and over his shoulder.

"Grab the pillows and this sheet," he said. The fabric was silk and soft in her hands.

They stepped back up into the night. A line of white runner bulbs ran the length of the dock. The moon cast a fluorescent motion atop the water; everything glimmered and sparkled, and the warm wind washed over Skylar as enchanting. Sacred.

She was in love with her life right now. She was in love with this night.

He set the comforter on a bench, and opened the seat on the opposing one, pulling out a beige package.

"What's that?" she asked, adjusting her eyes to the dark.

"It is an . . . air mattress," he said, as if trying to translate the phrase. "Diego is always prepared for everything."

He unfolded the square, pulled a string on the side, and it inflated slowly. When it was full, he pressed on the top a few times, testing its sturdiness, and she helped him drape the sheet over top.

They both laid down, shoulder to shoulder, and stared up at the sky. Light wind and the lapping sound of water against the hull was the only thing they could hear, aside from faint guitar music echoing from the other side of the island.

"I wish I knew the names of the constellations," Skylar said. "I tried to take an astronomy class in college, but I kept falling asleep in the planetarium."

He reached his arm out and behind her head. She lifted up and settled the back of her head in the crook of his elbow. He rubbed her arm up and down with his fingertips. Skylar breathed in his scent.

"I do not know the names, either," José said. "That is something we lost in colonization—the studies of the planets and the stars. My ancestors knew how they all moved, and when. But they had to take the knowledge into secret because it was considered heresy. Diego knows them, though. He learned to navigate the sky in the Navy."

"I think that happened in the states too." She ran one of her feet up and down against the silk sheet, then his calf, and settled it against his lower leg. "Native Americans had to surrender to the flag, and the children were forced to go to boarding school. My grandmother said half of the knowledge was lost when they were removed."

She studied the milky way.

"What are you most afraid of?" he asked.

She laughed, surprised. Any other man she'd ever met would be *only* trying to get into her pants by now.

He turned his head. "Why is that funny?"

"You are just, different, than any guy I've ever met. Any other guy would have tried everything to get me to be naked by now."

"I will never force you to do anything," he said. "Ever. But if you want to get naked, I will not protest." He moved his foot under hers and anchored it there, which gave her a sense of grounding while the boat swayed in the water. "What scares you?"

As she considered, she studied a constellation that was either the big dipper or Orion.

"I'm afraid of something bad happening to my family. We're all really close, and I have Vicki, but otherwise, I spend a lot of time with my art. So, my family are my friends." She hated to think of living without any of them. They were her rocks and her anchors to life. "What scares you?"

José nestled his cheek into her neck. "I am afraid of getting stuck here in México without getting to see the world," he said.

"Of all of the places to be stuck," she said. "Everyone is always smiling here. And it's beautiful."

"Sí, no, I mean, some of my friends had kids very young, and married, and have responsibilities to their families. So, they cannot go anywhere now without being away from them, and they work hard to support them. I have been very careful with my . . . love . . . because I want to travel and reach my goals. Before I settle down."

A fish jumped somewhere close to the boat, and made a splashing sound.

"That makes sense," Skylar said.

"Plus, Cancún is getting too big. Too many people. I want to live somewhere small and quiet in the future." He paused. A seagull cawed in the distance. "What do you think happens when we die?"

"I don't know," Skylar said. "I grew up believing in Heaven, but I took a religion class in college, and I like the concepts of Buddhism. And reincarnation. I like to think we get to keep going, and our families will be there, in the next life. What do you think happens when we die?"

He gazed back upwards. "I think our ancestors come to meet us. I think our souls leave our bodies, but we are still *us*, and then we all experience Heaven, like you say. I like to imagine we fly through the stars and space and the universe. We can play on the moon if we want. And of course, there is music, and we dance. Like a coming-home party. A celebration."

Skylar turned to him, sat up, lifted one of her knees, then the other, and straddled his waist. He held his tongue beneath his smile as he helped her lift her dress over her head. His eyes widened before he put one hand on each one of her hips, kissed her bare stomach and leaned back onto his elbows, then tilted his head. "Shorts?"

She chuckled. "A girl can't be too careful. So I don't show my business."

Skylar pulled the waistband down and pushed her shorts aside with her toe. She adjusted the strap of her purple bra, and inched her hands under his shirt and helped him lift it over his head.

"The purple is gorgeous on you," he said.

José's chest was firm. A tattoo of an ankh was painted over his heart in red, greens, and yellows. She ran her hands over it while he unbuttoned his own shorts and slid them off under the comforter. He took a square package out of the pocket, and began to unwrap it.

"I do not want to rush you. Are you sure?" he whispered.

She bit her lip and nodded.

"Are you always this prepared?"

"I wanted to be prepared for you," he said.

She could let him love her for the week.

He adjusted himself, then pulled her all the way close. The boat rocked under them in slow, front-to-back motions, and bounced on the water in gentle waves. The music in the distance slowed to a love song, and the singer's voice poured yearning over their bare bodies.

José put one hand under her chin and one hand on her bare back, and the burning of his eyes warmed her spirit before he pulled the comforter over them, then turned her over so she faced the stars. He held the back of her head with one hand, and kissed her tenderly. Sweat beaded up between them.

He was passionate and playful. A fire rose in her. Regal and seductive and vulnerable, Skylar felt like she was glowing, like he was the sun and she was the moon and they were always supposed to be connected to one another.

When she gasped, he smiled, and licked at her bottom lip, then moved back and forth with the waves under them. He took in a deep breath, and released it in one big sigh, his chin rising to the night.

She wrapped her arms around his back and held him against her as their breathing synched up and their bodies folded together. The tide lulled them to sleep, the wet heat of two lovers entangled under the sky.

Chapter Thirteen

When she woke, she heard birds cawing and the sound of water rocking against the boat. The sun peered over the ocean in swirls of scarlet and fuchsia light. It took her a minute to orient.

Where was she?

In Cancún.

Who is this?

José Mateo.

Dreamy José. The waiter from the club.

Her date last night. Staring at her.

"¿Dormiste bien?" He kissed her shoulder.

She inhaled a deep breath. "I did. I slept well."

Skylar reached for him and wrapped her arms around his back, pulling his warmth toward her skin. He rolled over on top of her, but held his weight on his own elbows. She rubbed his chest with her fingertips.

"Last night was fun," he said. "I enjoyed watching you dream."

She blushed. "Tell me about your tattoo."

He kissed her. "It is Egyptian. The symbol for eternal life. The colors are Rasta," he said. "Rastafarians believe that we are living in Heaven on Earth, but we do not know it."

She giggled. "Like Bob Marley?"

He laughed. "Yes, like Bob Marley." He closed his eyes and sang, *No Woman No Cry,* just like the CD. "Bob Marley was a prophet of his time."

"Your Saint Christopher coin, though," she said, "aren't you Catholic?"

"Yes, I practice the religion of my mother, but we do not own religion. I am mestizo. My father's family comes from indigenous Mexica. My mother comes from Spanish and Maya."

He pulled the blanket up over his head and scanned her. "You do not have any tattoos. Because you are a good girl? From a good family?"

The way he said it taunted her. With one finger, he traced her body up the center of her sternum to her neck, and her lips. She adjusted her legs so his upper thighs were between them and teased his finger with her tongue.

"It's light outside," she said. "Will the boat people be able to see us?"

José made a mocking gesture of peeking out of the blanket, looking to the left and the right, and back to her.

"There is nobody around," he said.

"I am not always a good girl." She pulled the blankets up over their heads, and ran her toe up the side of his calf. "My father is Protestant English," she laughed. "But my mother is wild Irish, the family says, mixed with Shawnee and French, way back."

"Tell me more about the wild Irish," he said.

"The women are stubbornly independent. And some of them are—"

José Mateo flipped her over so she was on top of him. She was surprised and startled until she locked back into his eyes, and he kissed her again.

"Please, continue," he said, when he pulled his lips away and inhaled a breath against her ear.

"Free-spirited," she breathed. "And adventurous."

He adjusted her body on top of his, so they were almost fused together.

"Will you show me what you mean by this, adventurous?"

Her desire burned, and so she let him love her again, this time with a little more abandon, but she tried to be quiet, in case any other sailors were around.

When she woke up, she found her purple lace bra and panties, put on her dress, and followed a scent of coffee down below. José was in the salon, holding the mini-fridge door open. He closed the door, took her in his arms, and kissed her with a memory of the night, from under his smile.

"There is not much to eat," he said. "We can go and get some lunch?"

"Sure," she said. She tried to ask where the bathroom was in Spanish. "¿Dónde está el cuarto de baño?"

He smiled and pointed to a small room with a commode and a mirror just big enough to see her face. The hair was popping out of her braids in all directions, but her face was glowing, despite a little bit of mascara under her eyes. She dabbed a piece of toilet paper onto a bar of soap and tried to clean it up.

She decided to take her braids out. There was no saving them without having to redo them. When she emerged, he handed her a cup of coffee, put his hand on the small of her back, and squeezed her to him in another kiss.

"We can sit on the deck and enjoy our coffee first," he said.

She followed him up the steps and outside.

The marina looked different in the light. There were boats lined up on either side of them, sailboats, fishing boats, and tugboats. A handful of people were out and about working and chatting. A guy across from them was bent over on his deck, tinkering with a sail. She hoped he hadn't seen or heard them.

"This is so pretty," she said.

"If you were going to be here longer, we could have Diego take us for a sail."

She didn't want to think about it, but José was going to be working the rest of her time here, and she was going to have to share his attention with the other tourists.

"What time do you have to work?"

"Six o'clock," he said. "We have the afternoon, at least."

They were going to have to make the most of their day.

He sat in the captain's chair and she sat on one of the side benches.

"What do you want to do?" he asked.

She always sent Alex and Drew postcards when she travelled, but she hadn't been shopping yet.

"Maybe we could find a place to get some postcards?"

"So, you are sending postcards to your novio?"

She studied him to see if he was joking. A seagull cawed and landed on the dock.

"I do not have a boyfriend."

"I am kidding. We can go and get some postcards."

"I always send postcards to my niece and nephew when I travel. My brother's kids are kind of like my own."

"Tía Skylar," he said. "It is a special thing to have nieces and nephews. Is your brother older or younger?"

"He's older," she said. "He's a musician."

"So, he is sensitive?"

Curtis wrote love songs sometimes, but he was strong and sturdy. She didn't think of him as sensitive.

"I guess? He's more like my goofy big brother. Do you have siblings? Or nieces and nephews?"

"My sister Carmen, who works with me."

"The bartender from Iguana's? How come you didn't tell me that?"

"We are private with our personal lives at work." He smiled and shrugged. "She does not like to be introduced as José's sister. Carmen has two niños. They are eight and eleven."

"Tío José," Skylar smiled. "I bet they love to spend time with you." She imagined him playing with them. He was probably so fun.

"I watch them sometimes when she is working and I am not," he said. "Seeing the world through their eyes is like being a kid again."

Skylar remembered that from Alex and Drew's young years.

"Do you want to have children?" she asked him.

"Maybe someday. I want to graduate first," he said. "Start a career that is more stable." He looked at her over the lip of her coffee cup. "And go traveling, to see the world. Then, maybe. Are you ready to go shopping?"

Skylar finished her coffee and used the bathroom one more time, while José buttoned up the boat. He put the blankets into a small basket, then tucked a fresh sheet onto the bed and made sure it was made.

She piled her hair on top of her head and tied it there. Washed her face one more time, so there was no remaining makeup. She should have brought her sunscreen. He replaced the key back under the orchid plant, and grabbed her hand.

. . .

They ambled through town.

"This is Hidalgo Street," José said.

The narrow cobblestone was filled with shops, restaurants, people, and music. It didn't take long for them to come upon a gift shop.

Skylar found a rack of postcards and spent some time flipping through them. She wanted to send Alex one that showed off the turquoise color of the water here. And she wanted to send Drew one maybe of sharks, or maybe a silly one. The kids were young adults now, but still she thought they might be excited to get a piece of mail from Cancún.

He stood by her as she flipped through them and chose thoughtfully. José chose three, as well.

"Who are you going to send postcards to?"

"I am going to send postcards to mi novia nueva in Los Estados Unidos," he said. "So she does not forget me, and so she comes back."

Skylar smiled. He showed her the designs he had picked out. One said, "Wish You Were Here," another said, "Thinking of you from Isla Mujeres." Another had a map of Cancún on it, with an arrow that pointed to the Hotel Zone: "I am here without you."

They approached the counter where the attendant was smiling and greeted them with an 'hola.' A rack of bracelets sat on the surface, and Skylar touched one with a turtle shape, a black and white spiral shell on its back. The tag attached said, "Conservación."

"Isla is a nesting place for turtles," José said. "We protect them since they are endangered."

"What kind of shell is it made of?" she asked, tracing the swirling pattern with her fingers.

"The queen conch. A symbol of music, prayer and protection."

She pulled it off of the stand, and said, "This too, por favor."

The attendant named a price, but before Skylar could reach into her purse, José pulled out his wallet.

"So you have something to remember me by."

He kissed her on the side of the forehead.

They walked back down the street.

"Do you like las tortas cubanas?"

"What is las tortas cubanas?"

"A kind of sandwich," he said.

"I don't think I've ever had one."

"It is the best cure for a hangover." She didn't feel hungover. "But also, they are delicious. I will take you to the best spot in Isla. Maybe Diego will be there," he said.

They turned a corner to a small restaurant with red and white trim. Inside were four or five tables, and four barstools bellied up against a counter. The smell of onions and garlic cooking wafted through the air. Diego was dressed in a white button-down shirt. They greeted each other.

Skylar said, "You work here, too?"

"I have two restaurants. My mother always told me to make the money while you are young," he said with a laugh. "What can we get for you two?"

José ordered two sandwiches and "plátanos maduros." He rounded his mouth out to pronounce the vowels.

"What is plátanos maduros?" Skylar asked.

"A cross between a banana and a sweet potato. You will like them," José said.

"How was your stay on the boat?" Diego asked, with an extra sparkle in his eye.

"We had a nice time. Gracias." José wiped his hands over his hair and said something about "la bota" in Spanish.

Skylar was having so much fun. She wondered if she should be embarrassed that she was still wearing the same outfit from last night, but decided not.

They sat outside under a red umbrella, and Skylar watched the people meander about. Everybody seemed happy.

"It is paradise here," she said.

"You could move here. People live here year-round."

She thought of her job, and of her parents, and of her nieces and nephews.

"I don't know if I could be that far away from my family, or my students."

"You speak enough Spanish," he said. "You could teach art here. I know some people who could help. There are niños here in Cancún." He raised his eyebrows twice.

She smiled. It was nice he was thinking about the future, and thinking about her here. Maybe this was more than just a fling.

But she couldn't leave her mom and move. She really just couldn't.

"It sounds nice," she said.

Diego delivered their sandwiches wrapped in white paper. It looked to her like pork, vegetables, and avocado on round bread.

"Dos tortas cubanas," Diego said, "con plátanos."

José thanked him and picked up his sandwich.

Skylar tried one of the plátanos. It was crunchy on the outside and sweet and soft on the inside, with a hint of cinnamon. She started to cut her sandwich with a fork and a knife, trying to be proper and to show her table manners.

"No, no. You pick it up, like this," José said, and took a huge bite with both hands.

She laughed. It was salty with just the right amount of crunch. Something pickled. Skylar ate shyly at first, but then cleaned her whole plate as she relaxed.

"Do you want another one?" he asked.

"No, gracias," she said. "I am full."

José said goodbye to Diego and Skylar thanked him before they walked back toward the ferry. She had a funny taste in her mouth, like she might have bad breath now. As if reading her mind, José pulled a tiny, square packet of red gum out of his pocket, and handed her a piece.

She plopped a square into her mouth. It tasted like Big Red gum at home.

"Sweet and spicy," he said. "Like you."

He kissed her on the temple again, as if she really was his girlfriend.

On the ferry back to Cancún, Skylar thought about the rest of the week and hoped she'd get to see him again.

"I had a really nice time on our date," she said.

He kissed her and held her hand.

"I did as well," he said.

She noticed the difference now, between the hotel zone and Isla Mujeres. The island felt like a small town. The hotel zone felt like a touristy city. As he was dropping her off at the Sheraton, he put the car in park.

"Maybe I will see you tonight? I will be working." He kissed the back of her hand, and she turned to him. She felt the security guard's eyes on her, but she leaned over and kissed him anyway." You have my phone number," he said.

She said goodbye, got out of the car, and walked cautiously up the steps in her nighttime heels. Skylar wasn't sure what time it was, but it must be afternoon. The clock on the dashboard had read two p.m., but she wasn't sure if that was right.

She couldn't wait to tell Vicki about her night. About the date, the dancing, the boat.

About how Vicki was right, that maybe having a vacation fling was just what Skylar needed. How she hadn't felt loved or cherished in so long, but last night, she had. And she didn't feel guilty about it. She felt excited and loved and alive.

When she got into the room, it was dark.

Vicki was in bed, the covers pulled over her head.

Chapter Fourteen

"Vic," Skylar said, and flipped the light switch on the wall. The room was so dark in contrast to the perfect sunny day. She opened the curtains and the sunshine poured in.

"Vicki," she said. "Are you awake?"

Skylar sat on the bed and gently pulled the covers down from her face. There was a red and purple bruise below her eye.

"Vicki!" Skylar said. "What happened!? Are you okay?"

Vicki rustled around under the covers. "Oh, hey. I tried to call you. Where were you?" Her voice was extra groggy.

"I went dancing with José," Skylar said. "What happened to your eye?"

Vicki sat up slowly. "I think I invited Kurt to the room . . . and he got rough."

She rubbed her eyes, and then flinched.

"I told him no, and I told him to stop, but he was stronger than me."

"Oh, God, Vicki!" Skylar hugged her around the shoulders.

"Ouch," Vicki said. "Sorry. I hurt all over."

Skylar pulled the blankets down gently. Vicki was also sunburned magenta.

"Don't be sorry. Your eye! Where else are you hurt?"

"I think I'm fine," she said. "He was holding me down, but I kicked him in the stomach. Then, below the belt. That self-defense class, you know. I thought I'd never really need it."

Skylar touched Vicki's face, and she winced. "I'm going to get you some ice." She jumped off the bed toward the door, but turned. "Did you call security?"

"No," Vicki said. "What is security going to do?"

"I don't know," Skylar said. "Arrest him?"

"I invited him up, Skye."

"But he hit you!"

"I was pushing him out the door and he just caught me with the back of his hand." She paused. "He did say he was going to find me later, and that I should watch out."

Vicki was tough as women come, but Skylar saw the fear in her eyes.

"Vic, really," Skylar said. "We should tell security. Tell somebody."

"Skye, we were all messed up. He had some pills, and I—we've still got this weed in the room. The last thing we need is to answer a bunch of questions from Mexican security."

Skylar rushed down the hallway to the ice machine, scooped some into a plastic bag, and hurried back to the room. She opened the door to Vicki studying herself in the mirror.

"It's not *that* bad," Vicki said. "It could be worse. But the *sunburn.*"

Skylar found a towel and wrapped the ice bag inside of it, then held it to Vicki's face. "It looks like it hurts. I tried to get you to put some sunscreen on."

"I tried to call you," Vicki said again.

"I'm so sorry!" Skylar said. "I was out with José and you were sleeping when I left. I wasn't even paying attention to the phone."

"I know," Vicki said. "You never answer your cell phone. I just didn't know what to do."

"Are you sure we shouldn't tell someone? The hotel staff? I swear, if I see him today, I'm going to threaten him with the Mexican mafia."

"Is that a thing?" Vicki held the ice to her eye and despite her obvious pain, she let out a chuckle. "The Mexican mafia?"

"Probably not. It just came out of my mouth." Skylar rustled around in her suitcase and found a bottle of aloe. "What are we going to do then? We have to do something."

"I'm hungry," Vicki said. "Are you hungry?"

Skylar was full from her lunch with José.

"Yes. I could eat," she said. "Where do you want to go?"

Vicki hissed as she rubbed the aloe over her skin. "I think there is sushi on the third floor," Vicki said. "I saw a sign for it yesterday."

"Okay," Skylar said. "Let's get cleaned up and then go and get some sushi."

The shower felt good on Skylar's body, but she hated washing José's scent off of her.

Last night was one of the best nights of her life.

And while she was off dancing in the moonlight, her best friend was being accosted by a predator?

Anger welled up in her chest. She didn't know what she was going to do, but she was going to do something.

They sat next to a window overlooking the beach. Vicki had put some makeup on her eye, but still, the bruise showed. She picked a table where they could see all of the entrances and exits, looked over her shoulder here and there, and Skylar was making sure they paid attention to their surroundings.

"I keep going over and over it in my head," Vicki said. "About what I should have done differently."

"You said *no*," Skylar said. "That's supposed to be enough. I'm so glad you took that class, and knew how to fight him off."

"Yeah, maybe I'll call Professor Armstrong when I get back, and thank her. But I need to think about something else," Vicki said. "Let's talk about something else. Something happy. Tell me about your date. Did you let yourself have any fun?"

Skylar didn't want to say that she'd had the best night of her life while Vicki was fighting off some creepy, violent dude. That Skylar was laughing and dancing and falling in love, while Vicki was fending for herself, with no wingwoman.

Skylar had failed at her wingwoman duties. She wouldn't do it again.

"We went out to dinner in Cancún Proper and then we rode the ferry to Isla Mujeres. His friend has a boat, it got too late to catch the ferry back, and we stayed there."

Skylar took a sip of her water while Vicki snapped back from a faraway look.

"I know how you felt in college now," she said. "After the frat party."

"That's all done and gone," Skylar said. "Lesson learned. It took a while, but I hardly ever think of it now."

"I get why you stayed away from men for so long, I guess. What was José like?" Vicki said. "In bed. Was he respectful?"

"I didn't say I slept with him."

Skylar truly didn't want to rehash her dream of a night right now, and insult her friend.

Vicki picked up her chopsticks, and placed a piece of sushi in her mouth.

"I'm your best friend." She talked with her mouth open while she chewed. "You've got a glow."

Skylar let go of a deep breath. "Okay, he was playful and gentle and passionate," she said. "He asked me all of these interesting questions, about life and death. Deep questions normal guys don't ask. He called me his American girlfriend," *and he used the word, love.* "He said we didn't have to, you know. He asked if I was sure first."

"The way that guy looks at you . . ." Vicki trailed off. "Why do I have such bad taste in men? Of all the guys in Cancún, I picked the one, overbearing asshole?"

"The real question is, why are so many men entitled assholes who think they own women? And can push them around to get what they want?" Skylar took a bite of her own sushi. "There's just more of them than we think. Remember that feminism class?"

Vicki nodded. "The patriarchy. I thought of it as a *concept* more than a *reality.*" She stared out the window at the indescribable layers of green and blue.

"We're going back to Señor Iguana's tonight," Vicki finally said. "At least one of us is going to have a good vacation."

"We don't have to go out," Skylar said. "We could stay in and read or something. Take a late night walk on the beach?"

"No," Vicki said. "I want to go out. I need a better vacation memory than this one."

Skylar still thought they should do something about Kurt.

"Are you sure you don't want to talk to the hotel desk, or security, or someone?"

"Yeah," Vicki said. "After I kicked him in the stomach, I got in a solid groin shot. He's probably going to be hurting for the rest of the week."

"I'm so sorry I wasn't here," Skylar said. "That I didn't answer my phone."

"It's not your fault," Vicki said. "It's mine."

"No, no!" Skylar said. "It is not your fault that some guys are predators, and that you happened to find one."

"I invited him back to the room," she said.

"And you said *no*, and you said *stop*, and he wouldn't and didn't. That's attempted rape, Vicki. And he could go to jail for it if you pressed charges."

"I don't want to do that," she said, shaking her head. "That's drama, and I'm on vacation. I don't want any more drama on our vacation. We're supposed to be celebrating."

Chapter Fifteen

t Iguana's, the same hostess recognized them right away, and opened the ropes for them to walk through. Skylar and Vicki danced through the tourists, the loud music, and the thick scent of sweat and liquor, and found Carmen at the back bar, where they sat down. Skylar scanned the crowed for José, but she didn't see him.

"Hola," Carmen said. "¿Cómo estás?" Her smile stretched all the way across her face. Skylar could see the resemblance now.

Carmen and José both had the same fiery eyes. She poured two shots of tequila and placed them in front of the girls. "My brother says he had a good date with you."

"We had fun," Skylar said. "He is really nice."

She and Vicki cheers-ed their cups together, took the shots, and sucked on the limes. The sourness and salt hurt Skylar's teeth. She'd decided to wear her pleated skirt again, and a black tee shirt with a picture of Jimi Hendrix on the front. She'd only packed so many clothes. Tonight she'd worn her flip-flops.

Carmen leaned on her elbows over the bar.

"José does not go on very many dates. He is confident and funny at work, once you get to know him. But he is really very shy, and sensitive. A Pisces," she said. "And he means what he says."

They both had the same astrological sign? That seemed like a coincidence. He didn't seem so shy to Skylar, but she was sensitive, herself.

"He has been looking for a good girl," Carmen said. "For a long time." She wiped her hands on the towel hanging from her waist. "He does not usually talk to girls outside of work. It took him a lot of courage to ask you out. Please, do not hurt him."

Skylar was on vacation for three more days, and then she didn't know what would happen.

Vicki spoke for her. "Skylar is a Pisces, too. They're like a perfect couple."

Carmen smiled as another group approached the bar. She danced over to wait on them.

"She's protective," Vicki said. "That's sweet."

Skylar felt some kind of way about it, but she wasn't sure exactly what feeling this was. DMX sang over the air.

José emerged from the crowd. He danced toward them, looked over both of his shoulders, and then kissed Skylar quickly on the cheek.

"Hola," he said. He bounced the tequila squirt bottle back and forth in his hands, and nodded his chin up at Vicki in a greeting. Then his mouth turned from smiling to serious.

"What happened to your eye?"

They had done their best to cover up the bruise with foundation, but the purple and red still showed from under the makeup.

"Umm," Vicki said. "I—"

Skylar was hoping to God she wasn't going to say she fell.

She waited, and Vicki didn't finish the sentence, as if she didn't have words.

"That Kurt guy," Skylar said. "From the other night."

José tilted his head. "He hit you?"

Vicki said, "I invited him up to the room last night and he . . . didn't like the word *no*."

José kept a dour expression.

"I see." He eyed Skylar. "If he comes here tonight, will you tell me?"

Vicki didn't respond.

"Yeah," Skylar said. "I will."

"I have to work, but I will be back." He kissed her again on the cheek, and then whispered. "Can I call you mi novia?"

Her stomach flipped. "Yes."

"Mi novia de Los Estados Unidos." He put the side of his head against hers, then turned and danced away. She watched his legs flex and contract as he danced.

"Oh my God, Skye, seriously," Vicki said. "You two are cute."

She ordered them both margaritas, which Carmen served to them in tall plastic cups.

"He really likes you," Carmen said. "It is fun to see him happy."

Skylar watched him dance to a group of girls. They held their yard glasses up; one of them had cleavage showing all the way down to her belly button. Skylar spent a minute watching them drool all over him while he squirted tequila into their mouths, and then she turned her attention away. They were on vacation, too.

She didn't like watching the other girls flirt with him.

She didn't like watching him dance with them.

Skylar heard a familiar voice.

Diego appeared from the crowd and stood next to her. He

looked extremely tall here, his presence large and gentle. He wasn't wearing his chef's coat, but she could tell he'd just come from work.

"Hola Skylar," he said. The way he pronounced the 'ar' rhymed with "star."

"Hola, Diego," she said. "This is my friend, Vicki."

"Hola, Vicki," he said. "Mucho gusto."

She held out her hand and he kissed the back of it.

"Skylar told me that you were pretty," he said and smiled. "But you are prettier than I could have thought."

"Hola Diego, ¿ron con cola?" Carmen said, as she mixed drinks and filled glasses.

"Dos, por favor."

"Two rum and cokes?" Vicki asked. She smiled the first genuine smile Skylar had seen tonight.

"I am just getting from work. The first one is for taking the . . . edge off, and the second one is for drinking." If he noticed Vicki's bruise, he didn't say anything.

Skylar realized she hadn't properly introduced Diego to Vicki.

"Diego is a friend of José's," she said, as Diego downed his first rum and coke. "He owns the restaurant we ate at last night in town, and the one we ate at today. He let us stay on his boat last night in Isla Mujeres."

"José and I go to the university together," Diego said.

"You have a boat?" Vicki asked. "And two restaurants?"

"I like to work and I am crazy about food," he said.

"You didn't tell me you spent the night on a boat," Vicki said to Skylar. "I can't believe I missed that."

"Oh, sorry." Maybe Vicki hadn't heard her. "We should go again to Isla. It was really beautiful there."

"Sí," Diego said. "You are welcome any time."

"What are you studying in school?" Vicki asked.

"Culinary arts," he said, "And business management."

"Wow," Vicki said. "That's great."

"Do you have a boyfriend?" Diego asked shyly.

Vicki laughed. "No," she said. "I don't have a boyfriend."

Skylar wasn't sure if Diego was Vicki's type, but they seemed to have a good time talking. Skylar stayed out of it, and enjoyed herself.

She tried to avoid watching José dance with the tourists.

When Sade came on, he came straight to her, took her hand, and led her to the dance floor.

"This is our song now," he said.

She held him close, and eyed the girl with the cleavage showing from over his shoulder.

"I cannot kiss you here," he said, "the way I want to. But I am thinking about putting my lips all over you while we are dancing."

She smiled and put her head on his shoulder.

"I don't like watching the other girls flirt with you," she said.

"I am nice to them for work," he said, tucking a strand of hair behind her ear. "That is all. Wait for me after?"

She didn't want this week to end. As she tried not to think about it, he sang the lyrics into her ear.

By closing time, she had long had her self-allotted two drinks, and was feeling tired. Diego had told some jokes in his Mexican English, and she and Vicki had both laughed a lot. José and Diego stayed inside and asked them to wait for them out front.

She and Vicki sat outside on a bench next to an iguana statue, and watched tourists heading toward the bus stop and getting in taxis. A brave few headed toward the hotels on foot, when the young woman with the low-cut shirt emerged in tears, her bra showing now.

"Are you okay?" Skylar asked.

It certainly wasn't any of her business, but the girl was crying.

"My ride left, and I don't know how to get back." She was stumbling a little. "That waiter turned me down, and said I couldn't come home with him. Can you believe it? I can't find my purse."

Satisfaction washed over Skylar. "Oh, that's awful," Skylar said. It was wonderful. "Where are you staying? Do you know the name of the hotel?"

Carmen came outside. "Hey lady, here is your purse. Are you going to be okay?"

The girl took it from her and smiled. Skylar pulled the woman's shirt up over her bra.

"Thank you," she said. "I don't know how to get back."

"Which hotel?" Carmen asked.

"The Sheraton," the woman said. Vicki flagged down the bus. The bus driver stopped and the door creaked open. A few faces stared out from the lighted windows.

"Keep your purse to your chest," Carmen said, "and get on the bus." She pointed down the street at the lines of hotels on both sides. "Tell him which hotel, and he will take you there."

"Look for the big, red S, Skylar said. "You can't miss it."

"Thank you." She got on the bus and waved.

"This is a thing that happens," Carmen said and smiled. "Are you two safe?"

"We are," Skylar said. "We're waiting for José."

Carmen winked. "We will see you, then. Have fun." She went back inside.

The street was quiet for a while, until a taxi pulled up.

Kurt and Tom climbed out.

"Oh shit," Vicki said.

They were dressed in polo shirts and khakis, and Kurt walked quickly, too quickly, right at them.

"There you are," Kurt said. "What kind of slut invites a guy to her room and then kicks him in the balls when he's trying to give her what she wants?"

Vicki stood up.

Skylar panicked.

"I'll kick you again," Vicki said, her hand on her bruise, "so hard you might never have kids."

Tom said, "Kurt, really man. Let's leave them alone."

Kurt grabbed Vicki by both wrists.

Vicki raised her knee to kick him but he blocked it. She tried to wrestle her arms away, but he was strong. She put one foot behind his ankle, and tripped him, but he kept hold of her arms and pulled her down.

"Let her go, you creep!" Skylar bent over and grabbed his arms while Vicki struggled.

"Did you have fun being a slut with the help? I hope you charged them for it," he said. "You probably caught something. Going to work in a brothel next?"

Skylar squeezed her fingernails into his skin. "José is a better man than you'll *ever* be." He pulled away and caught her with a backhand across the chin. The pain whipped her head to the side. She saw stars.

A black Volkswagen roared around the corner.

Diego came out of the passenger door like lightning. Before Skylar knew what was happening, Diego had Kurt in a head-lock, lifted him off of the ground, and was choking him from behind.

Tom didn't interfere; he stood there watching with his mouth open.

"Skylar," José yelled. "Come on! Get in!"

She grabbed Vicki's hand and pulled her toward the Jetta. Skylar opened the back door and they slid in.

"Jesus," Skylar said. "Thank you."

José turned to them from the driver's seat.

"Are you okay?"

Vicki had a deer-in-the-headlights look. Skylar rubbed her chin. She had ducked the brunt of Kurt's hand.

"I think so," Skylar said.

Tom leapt onto Diego's back.

"Claro que no," José said, "Stay here." He opened the door and ran out.

José pulled Tom off of Diego's back, just as Diego let go of Kurt.

"I'm so sorry, man," Tom said. "That's my friend, I'm sorry."

Tom put his hands up and backed away.

Kurt bent over with his hands around his neck, heaving. Diego stood watching him.

Then, Kurt burst up again to his feet and ran at Diego with his fists balled.

"You fucking jerk," Kurt said. "I was just trying to talk to my girlfriend!"

Diego didn't say a word.

He lifted one fist, reared back, and connected straight to Kurt's jaw, knocking him onto his back.

Tom rushed over. Kurt rolled around on the concrete and grunted.

José's head was tilted back, watching.

"She said she did not have a boyfriend," Diego said to José, and turned and walked toward the car.

José ran around to the driver's side, and got back in.

Kurt pulled up onto his elbows.

"You fucking bitch!" He screamed. "I'm calling the cops!" He reached into his pocket and pulled out a cell phone.

Diego turned to José as if he didn't understand Kurt's words.

"Polícia," José said.

Diego rolled down the windows and smiled.

"Por favor, tell la polícia that Diego says hola, and I will see them at lunch tomorrow."

José shook his head, laughed, and put the car into gear.

Skylar watched Tom's face as they drove away with José and Diego.

The look of surprise and disbelief made a giggle rise up in her gut, and she let it out, along with her relief.

Chapter Sixteen

"Did he hit you, Skye?" José eyed her from the rearview mirror.

"Just caught my chin a little. What a jerk."

"I'm sorry," Vicki said, she shook her head as if she were ashamed. "He seemed nice when I met him."

"This is not your fault," José said. "Some guys are pricks, and dangerous. It is hard to tell which ones. What do you want to do? Do you want me to drop you off at the hotel?"

"No," Vicki said. "He'll come looking for us. I know he will."

"Did he tell you how long they were staying?" Skylar asked.

"I don't know," she said. "Maybe until Friday?"

"What day is it?"

"Wednesday," Skylar said.

"I don't want to go to the hotel. Unless you guys can come up with us?"

"We cannot come inside with you," José said. "We are not allowed. But we could talk to security and have them keep an eye out for him." José scratched his chin. "If you want."

Vicki shook her head. "I don't want to make a big deal about it. I just trusted the wrong guy." She let out a heavy breath. "I should never have invited him up to the room. He knows our room number."

José said something to Diego in Spanish.

"Do you want to stay the night on the boat again? In Isla?" José asked.

"Isn't the ferry done running for the night?" Skylar said.

"Sí, pero we know people."

"Can we stay at your house?" Skylar asked. "Downtown?"

"I live with my sister," he said. "There is not really enough room for all of us to sleep comfortable."

He lived with Carmen. There was something sweet about it.

Skylar turned to Vicki, who was rubbing the bruise under her eye.

"Do you want to go to the island and stay the night on the boat?"

"Will you stay close to me?" she asked "I don't want to be alone."

"Yes," Skylar said. "José, can we?" She knew it was a lot to ask, but she asked anyway. "Can we stay on the boat by ourselves?"

He said something in Spanish again to Diego, and Diego replied and nodded.

"Sí," he said. "You can stay on the boat and I can sleep at Diego's."

José turned up the radio. Tom Petty was still in the CD player. He restarted the song *Wildflowers*.

"You like Tom Petty?" Vicki asked from the backseat.

"Don't you like Tom Petty?" José asked and smiled. He caught eyes with Skylar from the rearview mirror.

The guys spoke in Spanish again and Diego made a phone

call. A few minutes later they were standing by a dock down the way from the ferry station, and a small boat pulled up, one young guy steering the motor with a rod.

They climbed in. Diego handed the girls life jackets.

"This is Diego's friend, Paco. The unofficial water taxi."

Paco saluted them and then steered the boat out into the clear water.

The sky and the ocean were calm. Paco didn't speak, only guided them toward the white strip of sand with random lights twinkling from the hotels.

Isla Mujeres was glowing in the dark.

As they approached the outskirts of the island, José pointed out different landmarks like he was their tour guide.

"On the right is Punta Sur," he said. "South Point. This is a place of old Mayan temples, from the village of the goddess."

White sand glimmered under clear water beneath them.

"In El Centro is La Gloria," he said. "Where there are neighborhoods and restaurants." He pointed in front of them. "And Playa Norte is where most of the hotels and restaurants are for tourists. It is more expensive there," he said. "To stay. But fun. Good music."

"Can we swim with dolphins?" Vicki asked.

"Yes," he said. "It is called Dolphin Discovery, and it is very close to the marina where Diego's boat is anchored. You can also see turtles."

Skylar and Vicki stayed mostly quiet as the guys spoke in Spanish. José turned to Skylar.

"Diego says he can have his police friends pay that guy a visit. Do you know his room number?"

Vicki seemed reluctant to share, but then she rattled off the numbers and his name.

"I don't want to cause a bunch of drama," Vicki said. "I don't want to ruin anybody's vacation."

"We will not ruin anybody's vacation," José said. "They will just scare him enough so that he will learn something about treating women in Cancún." He laughed. "Diego knows everybody. They pay him favors for feeding them good food."

The boat puttered into the marina. José helped the women climb over the side. Skylar and Vicki handed Paco their life jackets and Diego handed Paco some money and thanked him.

They all walked down the dock and Diego helped them step onto his boat. Skylar had memories of last night with José, his gentle hands, his sparkling eyes. Lost in desire. Letting him love her.

It was the middle of the night, but the moon and stars cast enough light for them to see.

"You and Vicki can stay in the cabin," José said. "And we will go and sleep at Diego's."

"Can you lock the door for us?" Vicki asked.

Skylar caught the word "llave," from José. Diego pulled a key ring from his pocket, unclipped a small key, and handed it to Skylar.

"Lock the hatch from the inside," José said. "This is the only key to the outside."

"Are you sure you feel safe here?" Skylar asked Vicki.

"Yeah," she said. "Safer than being back at the room."

José hugged Skylar and kissed her on top of the head.

"I will try and find you before work tomorrow, but have a fun day. Diego will be working in El Centro if you need anything."

José and Diego climbed back up and walked toward land. Skylar fell asleep before she even got the blankets all the way over her.

Chapter Seventeen

In the morning Vicki and Skylar cleaned up the best they could and wandered toward town. Skylar was surprised she found the restaurant. José was there, sitting at the counter eating a sandwich. They sat next to him.

José kissed Skylar on the cheek and asked how they slept. She tried to hand him the key back, but he insisted she keep it. "In case you need it for tonight," he said.

Diego made them sandwiches, and they all laughed and talked. Skylar thought some of the local women were looking at her suspiciously, but she shrugged it off.

"I have to catch the ferry to work," José said. "I will come back for you, but it will be late."

He opened his knees, and she settled her body between them and kissed him on the mouth. Skylar forgot for a minute that they were in public, in the center of town.

She pulled back and laughed. "I will wait for you."

He squeezed her waist between his legs. "You promise?"

If Skylar were going to paint his eyes right now, she would

use burnt sienna under midnight black. Vicki snapped a picture of them.

"I promise," she said.

It was a hot day. Skylar and Vicki bought sunscreen at one of the tourist shops, as well as new bathing suits, towels, and a woven beach bag. Vicki insisted on two sun hats with cowboy rims, and shells wound around the bills with twine.

They changed clothes in one of the public restrooms and spent the day on Playa Norte, sipping on frozen drinks and watching families swim and throw frisbees from beach chairs.

When they rented their chairs and umbrellas, a guy in front of them said, "*I can't believe* I have to pay for a chair out here." Skylar shook her head at the tourist and wondered why he felt so entitled. The chairs and umbrellas were a small price to pay for a little shade in absolute paradise.

"We could live here," Skylar said to Vicki. "Do you want to move here with me?"

Vicki laughed. "*I* could move here," she said. "*You* couldn't leave your family."

She was right. Skylar couldn't leave her niece and nephew, or her mom and dad. The thought faded. They only had two more days, and then they had to get back on a plane to the United States. Back home.

"I really like him," Skylar said. "You were right about the vacation fling."

"I can tell. They were awesome last night. Have you talked about what happens when we go back?"

"I told him to come to the states, but he says he can't get papers."

"Papers?" Vicki rubbed some sunscreen on her legs. The bruise on her cheek had turned blue and yellow; it was more pronounced since she'd washed off her makeup, but the shadow from her hat covered some of it up.

"A passport, I guess. He bought postcards yesterday, and said he was going to write to me."

A laughing child ran past them and splashed sand up over their feet.

"I bet this place gets pretty nasty during hurricane season," Vicki said. "I wish I wouldn't have picked the biggest asshole to be my vacation fling."

"Let's go swim with the dolphins," Skylar said. "That should cheer us up."

Every few blocks it seemed like there was a different band playing, or a different kind of music. The air was filled with tunes and heat and happiness. Skylar didn't want to leave. The dolphin tour included a bicycle tour and turtles, so they booked the whole thing, an all-day tour.

Vicki said things like, "Oh my gosh," and "this is so cool," as she stood on the platform and shook hands with the dolphin, then rubbed its body with her fingers. It *was* so cool.

"Who needs a guy," Vicki said. "When you can be best friends with a dolphin." Vicki took pictures of every dolphin and every turtle.

Later they sat at a bar that didn't have barstools, but rope swings hanging down from the ceiling. A couple of guys tried to get them to dance, but they both declined.

It was late when they wandered back to the boat. Skylar tried to stay awake to listen for José's knock, but she fell asleep.

When she woke up, he hadn't come.

It was their last day.

Tomorrow they had to catch a flight early in the morning, so they decided to go back to the hotel and get their things ready to go to the airport. As they walked through town, there were Mariachi bands playing, people holding red and pink balloons, and the restaurants were decorated in various shades of love.

"It's Valentine's Day," Skylar said. "I forgot what day it even was." They stopped by Diego's restaurant, but he wasn't there, so she left the key with the manager, and hoped he understood the request to give it to Diego when he saw him.

They walked the cobblestone past the restaurants, shops, and cantinas, dodging golf carts and scooters on their way. Skylar paid for their ferry ride. As a line of new tourists exited the boat on the Isla side, Vicki said, "Try the dolphin tour. It's great."

They sat in the bottom level of the boat to stay out of the sun, and Skylar felt sad that she was leaving this place. They didn't talk much.

"If Kurt gets anywhere near you today," Skylar said, "I am going to find the first security guard I see, and tell them the whole story."

Vicki touched the mark on her face. They rode the bus past Mr. Iguana's, and Skylar wondered why she hadn't heard from José.

Some jealous feelings toyed with her heart. He had said he was going to come and find them last night. Maybe he had met a new tourist at work, someone he liked dancing with more. Maybe he had seen last night as an exit plan. That he didn't have to deal with the drama of American tourists anymore.

The fight scene out front of the bar hadn't exactly been pretty. She had no idea what would have happened if the police would have come. Skylar was going to have to get used to not being with José, anyway, so she dismissed the jealous thoughts as she and Vicki climbed the stairs to the hotel.

Skylar walked in front of her in case they ran into Kurt. They were almost to the room when Skylar caught a glance of

Tom by the pool. He locked eyes with her as soon as she saw him.

Vicki tensed up. Skylar tried to ignore him. She ducked her head and made a beeline for the elevator, but he came jogging around the corner.

"Skylar. Hey! Wait."

She pushed the button on the elevator and scanned the hallway for Kurt. She didn't see him anywhere.

"Hey," Tom said. He was only wearing swim trunks. "Have you seen Kurt?"

The elevator opened and Skylar held the door for Vicki. "Get in," she said to her. "I've got this."

"We haven't," she said. "But if we do, I am having him arrested for assault and attempted sexual assault."

"The police came for him yesterday." Tom gritted his teeth. "I don't have any idea how to get a hold of him. They put him in cuffs and took him away."

"Good," Skylar said. She put her hands on her hips. "Maybe he'll think twice about putting his hands on women." She entered the elevator, stood in front of Vicki, and pushed the number eight for their floor.

"Wait." Tom put his hand in between the closing elevator doors. "Look," he said to Vicki. "I'm sorry. I know he's kind of a jerk sometimes, but he doesn't mean it."

"I'm sorry, do you see the bruise on my friend's face? Do you think he didn't mean that?" Skylar pushed the number eight button again, and then the closed door button. "Your friend is a violent asshole. A sexual predator. And you should have a long talk with him, or have a long talk with yourself about who your friends are."

He removed his hand from the elevator doors, the serious expression lingering on his face.

"And you owe me twenty-five dollars for those sandwiches." She crossed her arms and glared at him as the doors closed. Then, she started laughing.

"He got arrested!" Skylar said. "Hell, yeah."

Vicki didn't look so excited. "What do you think Mexican jail is like?"

"You can't tell me you're feeling sorry for him. It's probably like American jail, which I don't know anything about."

"I just—I don't know," she said. "It's my fault for trusting him."

"It's *his* fault for thinking he could force himself on you, hit you, and then go after Diego for defending you. That's not on you," Skylar said. "This isn't on you, Vicki, this is on *him*."

The elevator opened to their floor, and Skylar looked around before they stepped out, just in case. The hallway was empty.

Inside the room, housekeeping had left two heart-shaped chocolates on their made bed.

A note said, "Felíz El Día del Amor y la Amistad de tu amigos al Hotel Sheraton." And in parenthesis it said, "Happy Day of Love and Friendship from the Sheraton Hotel."

Skylar flopped onto the bed. "I'm not ready to leave. I like it here in Cancún."

She unwrapped one of the chocolates and stuck it into her mouth. Sweet, but not too sweet. Creamy on her tongue.

"Do you think Diego had Kurt arrested?"

"I wonder if there are cameras outside the bar. Or if somebody else was watching." Skylar unwrapped another chocolate.

"I guess we better start packing," Vicki said. "What are we going to do with the rest of this weed?"

"I don't know," Skylar said. "Do we give it to somebody?"

"Maybe we should smoke it." Vicki smiled a huge smile.

Both of them took two hits and then they decided to flush the rest down the toilet. Skylar didn't know what the marijuana laws were, and she didn't want to find out. Plus, she was getting too old to smoke. She was on vacation, though. She seemed to be breaking lots of her regular rules.

They talked and laughed as they packed their things.

"What are we going to do tonight?" Vicki asked.

Skylar was thinking about José in the back of her mind, but she was resolving to forget him. A vacation fling was someone you left on vacation, as much as she wasn't looking forward to it.

"We could just stay in," Skylar said. "Get some good rest before our flight tomorrow."

"We can absolutely *not* stay in," Vicki said. "José didn't come back by the boat last night. What's up with that?"

"I don't know," Skylar said.

"Did you give him your cell phone number?"

"You know I barely know how this thing works."

"Yeah, but. How are you going to keep in touch with him?"

"I don't know if we're going to keep in touch." Skylar tucked her last outfit into the corner of the suitcase. "A vacation fling is supposed to be, like, just a fling, isn't it?"

Vicki pulled her own suitcase off of the bed and set it on the chair by the window.

"This is something more than that. I wish you could see the way he looks at you. I'm going to get this film developed the minute we get home."

Skylar sat on the bed. "You think I should carry on a long distance relationship with a guy I've known for five days who works at one of the hottest tourist spots in Cancún? Where a new line of drunk tourists arrive every day, who are looking for vacation flings?"

"I know I'm not the best judge of character," Vicki said, "but I think this guy really likes you. Didn't you say you laughed the whole time you were on your date?"

Skylar smiled at the memory of his cackle.

"We did."

"And didn't you tell me he opened all of the doors and paid for everything and treated you like gold while you were dancing?"

"Yes," she said. "He did."

"So what if he's a waiter and he works at a tourist bar with girls? That doesn't make him untrustworthy."

Vicki had a point. "But why didn't he come back to the boat last night?" Skylar tried to hide her jealousy and hurt.

Vicki shrugged. "Maybe something came up."

Skylar didn't want to think of her life back home, but here it came. "You know Troy always used that excuse? Something came up? And he was sleeping with Lisa for months."

"Bad example on my part," Vicki said. "Troy was an asshole. Of the highest degree."

There was a knock on the door.

Skylar wasn't sure what to think.

Maybe Tom. Had she told Tom their room number?

Maybe Kurt. Maybe Kurt had gotten out of jail and had come back for revenge.

Skylar's mind raced and she looked at Vicki. "Get into the bathroom and lock the door."

Skylar pulled out a bottle of champagne from the mini fridge. She held it behind her like a baseball bat, and looked out of the peephole, ready to swing.

It was three guys in colorful clothing. One held a cluster of red roses, one held a ukulele, and one held a string of heart-shaped helium balloons.

Maybe that weed was stronger than she thought.

"Ummm, Vicki? It looks like a Mariachi Band."

"It's Valentine's Day!" Vicki squealed. "Open the door!"

Skylar opened the door and stood slack-jawed at the sight.

"¿Cielo?" one of them asked.

She nodded, and one of the guys handed her the roses.

The band began to play a song.

She couldn't catch all of the words because they were singing quickly in Spanish, but she made out the word "novia," for girlfriend, the words "te amo" for I love you, and at the end, they drew out the words, "De José Mateo. . ."

The musicians bowed, smiled, and walked down the hallway toward the elevator, as quickly as they had knocked.

"We will see you," one of them said.

Skylar held the roses and balloons.

"I must be really high right now," she said.

Vicki danced over and giggled, taking the roses from Skylar.

"We're going out tonight."

Chapter Eighteen

Skylar wore her short black dress again, and put her hair into two braids. Vicki wore short shorts that showed off her long legs, and a white tank top. Her sunburn was turning to tan.

They stopped by the front desk where Skylar dropped off two postcards to Alex and Drew for the mail, and then the girls rode the bus to the bar. Skylar admired how Cancún did Valentine's day.

Couples held hands dressed in red and pink shirts. On every corner, street venders sold roses. They saw more than one other Mariachi band. She felt festive. Even though José had not come by the boat, he'd amazed her again.

How was she going to go back to her life in Greenview Falls now, and pretend like this was only a fling? Maybe it was only a fling, but no guy in the US was going to top this.

The hostess at Señor Iguanas wrapped red leis around their necks, the tropical flowers made of plastic. Vicki and Skylar meandered to Carmen's bar, and sat down.

Before Carmen asked what they wanted to drink, she said,

"¡Felíz El Día del Amor y la Amistad!" and set two pink shots in front of them.

The weed had worn off by now. Skylar felt aware and relaxed, but her feelings were kind of on overdrive.

"Did you like the band?" Carmen asked Skylar.

"I was surprised."

"It was really sweet," Vicki said.

"I have not seen him like this with a girl maybe ever," Carmen said and smiled. "Too bad you cannot stay longer. How are you going to keep in touch?"

Skylar shrugged. "I'm not sure."

Postcards maybe? Was that going to be enough?

José came around the corner. He wore a white headband with a heart drawn on the front, and was grinning from ear to ear. He walked straight to her and kissed her flat on the lips.

"Did you get your gift?" he asked.

"They brought roses and balloons and sang a song."

Skylar smiled and felt her face flushing.

"I cannot get into the hotel, but the band can." He put his hand on her waist, and tugged on her shirt, touching the exposed part of her skin above her waist. "I was hoping they still had red roses."

"They did," she said. "Thank you." Her cheeks were sore from smiling.

"I am sorry," he said. "About last night. I was off of work late, and I could not get a hold of Paco."

He opened his hand so all of it was against the skin on her waist, his thumb lightly on her hipbone.

"It's okay." She wanted to believe him. "We had a good day on the island. We swam with the dolphins."

"Bueno," he said. "That is fun, right? Making dolphin friends. What are you doing tonight? Will you spend your last night with me?"

"We're leaving early," she said. "We have to catch the plane at nine in the morning."

He frowned. "Maybe I can take you to watch the sunrise."

She turned to Vicki, not wanting to leave her alone.

"I'll be fine," she said. "I am *absolutely* on team Skylar and José going to watch the sunrise on their last day together." She returned a smile from José. "Nice move with the band, by the way."

"Perhaps you can come with us," he said. "And Diego?"

"About that," Vicki said. "That Tom guy told us that Kurt got arrested?"

"Oh, sí," he said and laughed. "Diego has lots of friends."

"Is he going to get stuck here? In jail?" Vicki asked.

"Oh, no." José said. "He only asked to teach him a lesson. They will probably keep him only for one or two days." He tilted his head. "Unless you want to press charges. Then we could take you down to the station, and they will keep him longer."

"No," she shook her head. "One or two days in jail in Mexico will probably scare him."

"Sí," he said. "We will hope."

"He doesn't speak any Spanish at all," Vicki said.

"Even better," José replied.

José took Skylar by the hand, twisted her around, then pulled her close to him so they were face to face, and moved his feet in a salsa step.

"Do you want to dance with me so it looks like I am working?"

"I do," she said.

If he was afraid of getting into trouble before, about showing her too much affection at work, he wasn't now. He guided her body with his hands, and at one point put his forehead against hers and said, "I am going to miss you." He laid a kiss on her, thick and sweet and cinnamon-spicy, right in the middle of the dance floor. Their song came on.

"They always play Sade," she said. She nestled her head in his neck.

"I asked the DJ to play it when you came. I told my boss that my girlfriend was coming tonight, and that I was going to dance with her the most." He sang the words to her, and stared into her eyes as he sang the lyrics to *By Your Side*.

This was going to be their last dance together.

Skylar tried to soak up every second of it. She inhaled his scent, cherished his touch. She let him love her from the dance floor. Then the song ended.

Chapter Nineteen

An upbeat song came on. José adjusted his headband, and danced out into the middle of the floor and lined up with the other waitstaff.

Skylar joined Vicki and Diego at the bar. She could spend hours watching José move to the music. His sweet confidence and his sexy legs. His smile, like he was born laughing. She was going to have a hard time leaving him behind.

Skylar didn't want to leave Cancún, or José Mateo.

When it was closing time, José told Skylar and Vicki to wait by Carmen's bar as the staff cleaned up. They turned the music down and shouted to each other in Spanish as they swept and mopped and helped escort drunk tourists out the door.

Diego was telling Vicki a story about when he was in the Navy, and how his boat got caught in a storm. Vicki smiled and nodded and seemed to genuinely like his company.

The staff were finally done, and José wrapped his arms around Skylar's back and kissed her neck.

"What's next, mi novia?"

"We have to catch a plane in six hours," she said.

"I can drive you to the airport," he said.

"You're going to stay up all night?"

"I always stay up all night. Such is the life of a very important tour guide."

She could try and stay up all night.

"Where are we going to watch the sunrise?"

"The best place is Punta Sur. But it is too late to get to Isla Mujeres and then get back. We can ride out to Isla Blanca. How long do you need to pack?"

"We already packed. We'll just need to get cleaned up before we head out."

"Okay," he said. "¿Vamos?"

"We can get some breakfast first," Diego said.

"Sí," José said. "I am hungry. Are you two hungry?"

Vicki nodded. "I can always eat."

José and Diego said some things in Spanish. They drove into a neighborhood and pulled up to a small cantina. Skylar wasn't sure where they were. Inside, locals were eating eggs and bacon and speaking quietly. The smell of coffee and bacon surrounded the room.

"This is where we usually come for breakfast after our shift," José said.

Outside there were two picnic tables set up, and everybody was speaking Spanish. Skylar was too tired to practice her language skills, so she asked José if he would order for her. He ordered eggs with tortillas and sausage and orange juice. Coffee for all of them. Diego asked Vicki some questions in English and then ordered for her. Every other person said hello to Diego, as if he were famous.

They sat down at the picnic table, and Skylar tried to ignore the eyes of the guys sitting at the table next to them. One of them said something to José in Spanish, and she heard him say, "My girlfriend," and the word, "suerte."

Lucky.

Vicki and Skylar stood out here, as tourists. Skylar might have felt uncomfortable, except for José's smiling confidence and Diego's stature and knowing everyone.

After they ate, they climbed into the Jetta.

José drove north, past the ferry stop to Isla Mujeres, until they were on a strip of road with mangrove trees on the left and resorts and villas on the right. He changed the CD to Bob Marley's *Legend,* and Skylar listened to *No Woman, No Cry.*

As they drove, the resorts and villas became fewer and farther between, until the road changed into a dirt road. The colors of the water here against the glowing sand, layered shades of black on blue—even in the dark, the scene was mystical.

She hoped she could capture the way the sand glowed—like each grain of sand reflected its own star—with her paintbrushes. When she was settled at home again, she would try.

The dashboard clock read 5:00 *a.m.*

Skylar didn't want to think about home right now, but she wondered how she was going to get back into a regular schedule next week. She didn't want to go back to work, she wanted to stay.

They passed a building on the left, and José said, "This is the . . . how do you say in English, kite surfing school? It is windy here and so they play with kites and boards."

He turned off the engine in an empty parking lot, and rolled down the windows.

"Behind us," he said. "Is the lagoon. People fish here. And in front, is the Gulf of México. Over there it mixes with the Caribbean Sea," he said, and pointed to their right.

"Paradísio," Diego said.

José reached over and grabbed Skylar's hand. He held it

from the top, locking his fingers between her knuckles, and he squeezed.

"Will you write to me?" he asked.

"I will," she said.

"You promise?" His eyes lowered at the corners.

"Yo prometo," she said. She raised her eyebrows and tilted her head to the side. She hoped she would.

Skylar glanced in the mirror at Vicki, who had fallen asleep against Diego's shoulder. He smiled and shrugged.

"And you will come back?" José asked.

"I will try," she said. Vicki had paid for this trip, and Skylar didn't have much of a travel budget. "I'll have to save some money."

He kissed her briefly, just a brush of the lips. But he stayed there, his face close to hers and then batted his eyelashes, so they flitted against her eyelashes.

"I am going to send you exactly three postcards." He pointed out toward the water and sky. "Over the Gulf of México." He made a flying gesture with his hands, as if his hand were an airplane and his arm was the flight path.

She smiled and brushed her lips across his.

"Over the Gulf of México. Okay," she said.

"Let's go sit by the water," he whispered.

They got out of the car, the sky now glowing slightly above the horizon in a yellow-green hint of the sun coming, tiny bits of stars still visible.

He settled a blanket down on the sand and they sat. José placed one arm around her shoulder and pulled her close. She rested her head against his neck.

"What's *wrong* with you?" she asked. That's not what she meant. "I mean, that didn't come out right. What I meant to say was, if you're not a two-timing guy who likes dancing with all of the tourists, then what is wrong with you? You have flaws, right?"

He lifted his head. "Flaws," he said. "Like something about me that is not perfect?"

"Yes," she said. "What is not perfect about you?"

"Todo?" he said.

"Todo," she repeated. The sound of the waves turning over on the sand played a certain kind of lullaby, and her eyelids were getting heavier. Skylar nestled farther into the warmth of him. The breeze blew over them, then abated.

"My sister tells me I am too . . . what is the word . . . idealistic? She says I have too much hope for a future the way I want it, and my faith is blind."

He made a sound like he was sucking on his teeth, and reached into his pocket for a piece of gum. "She settled for a guy from the neighborhood, and she is happy now with her family. That is good. I want her to be happy. But I want to get out of México for a while, and see the rest of the world."

He handed her a piece of gum, and the spice of it jilted her eyes for a moment.

"I want to have adventures. Like Diego. He went sailing with the Navy, met lots of people. He saw what the rest of the world is like, and learned about other cultures. He has good business sense now." José ran his hand down Skylar's arm, which gave her chills.

"What is wrong with you?" he asked. "What are your flaws? What about you is not perfect?"

"Nothing," she said. "I am perfect."

He laughed, part cackle. She had been hoping to make him laugh again.

"You said, *todo*, though. What is your biggest flaw, Skylar?" He kissed her on the cheek quickly.

She studied the green and yellow layer of the sky turning orange and pink now over the water.

"Vicki says I spend too much time thinking about other people. My family and my students. And she berates me, especially after the last guy I dated, for not trying again at love. Or relationships. She just got divorced, though." Skylar nestled her head farther down onto José's shoulder. "So why would I waste my time trying to build a life around a guy if it's going to break apart and crumble, anyway?"

Plus, you could hardly ever trust them.

". . . I'm glad I haven't built my life around a man. I have what I need. I have a house, my family, and a cat." Her eyelids fell over her eyes, and she couldn't lift them. "I might rest my eyes for a minute."

"Okay," he said and kissed the top of her head, then inhaled. "I will wake you up."

Skylar was halfway asleep when she heard José's faraway voice, as if it were coming from her dream instead of from his presence.

"Some of the ancient builders did not get to see the final product of what they were building. But they built their churches and temples, anyway, stone by stone. I like to think they had joy while they were building them. That they sang, and maybe they danced. Maybe we could build a future together, somehow."

The colors of the sky and water swirled around in her head and around his words as she fell into a dream state.

"What I love about the old sacred sites is that they mirrored them after the Heavens," he said. "In the old days they were mapping the orbits of the sun, the moon, and the stars, because they thought our lives had a destiny."

Chapter Twenty

When she awoke, the pink glow was stunning. Warm orange and yellows of the sky mirrored on the water over white sparkling sand. She would try and paint this with magenta and scarlet, maybe layers of lemon yellow and vermilion. Cadmium orange.

José's hand was clutched inside of hers in her lap, and they were wrapped together under the rainbow colors of the light.

Oh, no. The plane. She had to be at the airport at eight.

"José," she rustled his hand. "José, wake up."

He opened his eyes.

"We have to get to the airport. We can't be late."

He shook his head and breathed in. "I am sorry, I fell asleep."

He gathered up the blanket while she rushed to the car and got in. She turned the key in the ignition.

Bob Marley's *Three Little Birds* played through the radio. The dash clock read 7:30.

José backed the Jetta out of their spot. Vicki and Diego still slept, but Diego woke up as José took on speed down the sandy path, and then Vicki rustled awake.

"What time is it?" she asked.

"It's seven-thirty," Skylar replied. "We've got to get to the airport."

"I will get you there," José said. "On time."

The sandy road turned to gravel and pavement, and José drove five, then ten miles an hour over the speed limit.

"Don't worry," Diego said to Vicki. "José is a good driver."

"We've got to get our bags," Vicki said. "I guess we don't have time for showers."

"Lo siento," José rubbed his eyes. "I fell asleep."

"It's okay," Skylar said. If they missed their flight, they would just book another one later. Hopefully it wasn't too expensive.

The streets in town seemed narrower the faster they drove. José changed lanes and sped past busses and taxis. They passed a police car, and Diego waved.

José pulled up to the hotel and stopped.

"Get your bags. We will wait."

The elevator door took forever to open. The girls finally got to their floor, ran to their room, and grabbed their bags. Skylar slipped on a pair of yoga pants under her dress. It would have to do. She could brush her teeth at the airport.

They rushed their keys to the front desk, got their receipts, and were back downstairs by eight. As they bounded down the steps with their bags, Skylar saw the security guards at José's window.

She rushed past them and said, "Thank you." She couldn't read the looks on their faces, but she didn't have time.

Diego loaded their suitcases into the trunk and squeezed again into the back seat.

As they pulled away from the hotel, Skylar took one last

look at the front of the Sheraton. Kurt and Tom emerged at the top of the steps with two suitcases.

Kurt had a huge purple eye and his shoulders drooped. When Tom made eye contact with Skylar, she did a thing that she would never do, which was so completely out of character for her. She raised one middle finger and held it at them as they drove away, and gave her best smirk.

The guys stood there with blank faces.

"Sassy," José said, and laughed.

He drove in the same urgent manner as he'd driven to the hotel, changing lanes, and going faster than anybody else.

At the airport, people flooded out with bags to begin their vacation with happy faces, and the travelers going through the glass doors toward home looked less excited.

Skylar opened the door quickly.

8:15 a.m.

José popped the trunk and Diego moved quickly to unload their suitcases. Vicki wiped the sleep from her eyes. She hugged Diego and said, "Thank you. It was nice to meet you." She lingered there, with her hand on his shoulder. "Thank you for standing up for me."

"It is no problem," he said. "Mucho gusto." He squeezed her hand.

José got out of the car and met Skylar at the back. He handed her a piece of paper.

"My address," he said. "You promised you will write."

She took the paper from his hand and stuffed it into her purse.

Skylar wished she had time for a proper goodbye, for a long conversation, or for a long kiss. She opened her mouth to say something, and he pulled her close.

She searched for the right words for this. Her heart open, her desire to stay, her regret at leaving, her glowing feeling.

Trust.

"Write your address down?" he asked, and handed her a slip of paper that said, *Iguanas,* on the top.

She scrawled her address as fast as she could.

"Skye," Vicki said. "We've got to go."

José tapped her on the butt. "Send me a postcard from Ohio," he said. "As soon as you get there."

His fiery eyes held back tears, and some tears welled up in hers.

Vicki was already inside the airport.

She turned back one more time to look at him standing in front of the Jetta, vulnerable, smiling and confident.

He waved, then folded his arms and leaned back against the car.

She wanted to remember this for the rest of her life.

The time she let a man love her for a week.

Chapter Twenty-One

They barely made it in time to board their plane. Skylar went immediately into the bathroom and splashed water on her face and brushed her teeth. As she studied her eyes in the mirror, she saw an extra sparkle there. Something that had been missing from her eyes for a while. A certain radiance.

When she returned to their seats, Vicki went to the bathroom. Skylar sat thinking about their trip, how much they'd laughed. How much fun they'd had, and she pulled out the note José had handed her.

"Until I see you again," José had written, "I will think of you every day."

An address was circled in a heart. Skylar held the note close to her chest. What a fun vacation. Vicki had been right to encourage her. As she thought about what she would write in her first letter to José, warning signs erupted all around her body.

Kurt and Tom boarded the plane and sat down in first class. She ducked.

When Vicki returned, Skylar told her to sit in the window seat.

"Let me see that note," Vicki said.

Skylar pulled it from her chest and handed it to her.

"Wow," Vicki said.

Skylar whispered. "I don't want to alarm you, but Kurt and Tom are in first class."

Vicki's face dropped. There was still a slight yellow line under her eye from where Kurt had hit her.

"I won't let him get close to you. I don't think they saw us."

The plane took off and they were in the sky, flying over the Gulf of Mexico.

Around mid-flight, Vicki had fallen asleep and Skylar was daydreaming about José Mateo.

Kurt stood up in the front of the plane, and walked toward the back. He locked eyes with Skylar, saw Vicki sleeping next to her, and then stopped in the aisle just in front of them.

Her body tensed up. She balled her fists.

"Well, hello," he said. "You girls certainly left *your* mark on Cancún, didn't you?"

Skylar glanced at the lady across the aisle from her, who had taken a break from her Nora Roberts novel to smile at them.

He leaned down and whispered, "I hope you had fun whoring around with the locals." Kurt smiled at the woman reading the book. His purple eye was black and swollen up close, and it looked like it hurt. Skylar didn't feel bad for him at all.

"I hope Mexican jail was as fun as you wanted it to be."

Skylar said it loud enough that other people could hear, and kept her fists clenched.

"Vicki's father is a lawyer." She lowered her voice so only he could hear her. "And I'm sure he'd like to put you away in

American jail, if you even think of trying anything stupid when we get home."

She smiled at the book lady as if she had said something polite, and he walked away toward the bathroom. Vicki's dad wasn't even living anymore, but Skylar's mom used to say, sometimes a little white lie that wasn't really a lie could be okay.

When Skylar heard the bathroom door open, she was ready for anything. She thought about sticking her foot out to trip him, but instead, she stayed as still as she could in case she needed to react.

Kurt didn't say anything, and didn't look her way. She watched him slink back down into first class.

Before the captain called for the seatbelt sign to come on, Tom got up and walked back toward them. Skylar didn't want to do this. She'd said what she needed to say to him.

He towered over them, and over the book lady, and reached in his pocket.

What was this about?

Tom pulled out a wad of cash, and handed the bills to Skylar.

"Thank you for the sandwiches," he said. "Kurt's like, one of my work friends. This is the last vacation I'm going to go on with him."

Vicki stayed quiet.

"You should warn the girls at your job about him," Skylar said.

She had a flashback of the fraternity party in college. She was passed out, and none of the guys ever came forward, or were ever punished. It's why she always watched what she drank now, and how much. She should have told someone back then, but she was young and naive. It had taken her a long time to even tell Vicki.

"I'm not a cop," he replied.

"No, but you seem like a decent human being. You guys need to do better about calling out your own sexual predators when you see them. Women can't keep doing all the work."

"Sexual predators? It was probably just a one-time thing," he said. "Like a fling."

This pissed Skylar off.

"What he did was *not* a fling, and *not* a one-time thing. Vicki said 'no.' It was attempted sexual assault, and battery, Tom. That's a character trait. A behavior. A male violent entitlement. *Not* a fling."

"Whatever, Skylar, I was trying to apologize."

"Whatever, Tom. I hope Kurt has nightmares about going to jail. And that his penis falls off."

Vicki spit out a laugh.

He put his hands in his pockets and turned around.

Skylar and Vicki parted ways at the Atlanta airport. Skylar was going back to Greenview and Vicki back to Orlando.

As they hugged between their gates, *Careless Whisper* played over the loud speaker between flight announcements.

"Thank you for this trip, Vic," Skylar said. "It was the best birthday present ever."

"Thanks for being my wingwoman," Vicki said. "You're my best-best friend." She held up a hand for a high-five, and Skylar clutched it. "We should go again next year," Vicki laughed. "Heck, we should go every year. No more vacation flings for me, though."

"José and Diego were pretty awesome," Skylar said.

Vicki adjusted her backpack. "I hope you're going to stay in touch with him."

"I will. Go get on your plane and be careful. And Vicki?" Skylar said. "Thanks, again."

Vicki held up a peace sign. "What are good wingwomen for?"

She smiled, turned, walked toward her gate.

"You're the *best*-best," Skylar called after her.

Chapter Twenty-Two

Skylar exited the airport to the cold, Columbus air. Everything was gray here, a cold, charcoal essence hanging over the horizon. The wind hit her all the way to her bones. Skylar's brother Curtis was supposed to be waiting for her outside of baggage claim.

A strong contrast from the tropical paradise she'd been in less than eight hours ago, she flipped her hood up and squeezed her arms next to her torso. She spied Curtis' truck sitting by the curb. He waved and got out.

"Hey," he said when he hugged her.

She pushed into the padding of his winter jacket and wished she had brought hers. She hadn't wanted to carry it, so she wore her blue oversized hoodie with the wave pattern on the front.

He had strong arms and shoulders, and threw her bags into the back seat. The heater kicked on high from the dashboard and she rubbed her hands in front of it.

"How was your trip?" he asked.

"I forgot how cold Ohio is. Vicki and I had fun. We swam

with dolphins and made friends with a couple of sea turtles. We mostly went swimming and had cocktails on the beach. And we went dancing at night."

"You find a hook-up?"

"*Curtis,*" she said.

His round face was all smiles. He accelerated past car rental places and curved around the airport access roads. Everything was gray and brown now.

"We met some local guys, and hung around with them on Isla Mujeres. One of them owned two restaurants and had a boat."

He fiddled with the buttons of the radio and a song came on that sounded half reggae and half surf-punk.

"I hope you did. You never have any fun anymore."

"Who is this?" she asked. They were singing something about sparkle and shine.

"The Buzz Poets. This is my local mix CD."

"Cool," she said. "Who else is on here?"

"Sister Sarah from LA. Gatlin, from Cleveland. You know those guys who jump up and down when they play—like they're choreographed?" She'd seen them open for his band once.

"Yeah," she said. "They're fun to watch."

"Embassy, Rob Tyre, a Dayton band called Northmont. They used to be Auryn. Smalltown Sleeper, Noah Broe. They're all great guys. Wild, but great. Some serious talent, too."

Wild. That's how she'd felt this week. Wild and also trusting.

She sang along. "Sparkle, and shine."

"Did you meet someone?" he asked.

"What?"

"Something's different about you, like, you're . . . happy."

She laughed. "I'm always happy."

"Nah, sometimes you're content. But you're never really happy. You fall for that boat guy?"

"I don't want to talk to you about my love life," she said. "It's weird."

"Love," he said. "I haven't heard you use that word since the eighties." His voice turned higher as if he was trying to convince her to share. "We've got a long enough drive."

"Can we just drop it?" she asked. "I'm too old to *fall*."

"*Come on*. I want to hear about my sister's worldly adventures."

Skylar was not having this conversation with him.

His voice lowered again. "I need to live vicariously through you. Susie's not talking to me. Seriously, did you fall in love on vacation?"

Curtis was married to wife number two, and had two more sons, in addition to Alex and Drew. Skylar wasn't as close to them; his new wife didn't want to associate with their family much. Skylar always hugged the boys when she saw them, though. And was as gracious as she could be.

"Heartbreak comes from falling in love," she said. "And heartbreak can wreck you."

"Nah," he said. "It's worth the risk. Always. Just be sure to wrap it up." He raised his eyebrows and changed lanes. "Twice."

She opened the mirror on the sun visor. Her hair was matted from sleeping against the airplane window, but her tan had deepened and her eyes sparkled.

"Falling in love is easy," Curtis said. "*Relationships* are hard."

The song changed to a melodic guitar. She changed the subject.

"Who is this?"

"Rob Tyre," Curtis said.

"He reminds me of John Mayer," she said.

"He's better than John Mayer."

Curtis turned the song up as she closed the mirror.

"Nobody's better than John Mayer," she said.

"I'll loan you the album. Dude's a master guitar player. Listen to the soul in his voice."

It was a beautiful song. Clear vocals, clean guitar, pure heart in the tone of his voice.

"What's his name again?" she asked.

"Rob Tyre."

"Why haven't I ever heard of him?"

"He's a singer-songwriter, band leader. Toured with all the greats. I met him at a place called The Wharf in Pass-a-Grille, Florida. He's a storyteller, so he puts on a good show. I think I'm decent until I get around guys like him, then I feel like a juvenile. But he's humble. Always makes me laugh. They've got the best local seafood there. We should go sometime."

"I met a guy I liked in Cancún," Skylar said. "We laughed a lot, and we danced."

"I knew it. That's what I would do if I were you . . . travel around the world and fall in love."

"I didn't *fall in love*."

"Then why do you have that look in your eyes?"

"What look?"

"That look, like, anything could happen right now, even something bad, and you would just smile right through it. You're young, single, and don't have any kids . . . you're free, Skye. You've got a good job. You could do whatever you want right now." He lowered his voice to a mumble. "Maybe I'll write a song about that. Doing whatever you want."

"How is the songwriting going?"

"I think I'm going to go back to work at the bank."

"You were miserable working at the bank," she said.

"I had money," he said. "And benefits. I need to talk to you about Dad, though."

"What about Dad?"

"You know how he's been grumpier than usual? And Mom has been telling us how he's forgetting stuff?"

"Yeah."

"They took him to see a neurologist. They're testing him for early onset dementia."

"Oh, God," Skylar said. "How is he? What's Mom saying?"

"He's his usual self. Grumpier, I guess. Mom's in Florida for some freelance magazine thing or something. She'll be back on Tuesday, and the test results come back Wednesday."

Part Two

Creativity is God energy
flowing through us, shaped by us,
like light flowing through a crystal prism.

—Julia Cameron, The Artist's Way

Relationships are hard.

Chapter Twenty-Three

January 1st, 2018, Greenview Falls, OH, USA

God, she missed Curtis. She didn't want to rehash her father's illness, either; it was too hard. Or her mother's. She was grateful for the happy memories with them all. Memories, and an occasional dream, were all she had left of her first life wingmen.

How long had Skylar been staring at this picture?

She held it in her hands and looked out the window. The sun was beginning to set in hues of gray light. Days were short now in January, but had she been staring at it for hours? Reliving that vacation where she was for a week, happy? With a man?

Many years ago.

She examined her painting in progress, the one abandoned last. A beach scene with a glittering half-moon. When had she picked up a brush other than her classroom? Last year? The year before?

Maybe she should paint tonight. Her living room walls around the bookshelf showcased various versions of sunset scenes with palm trees, stars, and boats. Her favorite shades of blues and greens.

Her stomach grumbled, and the cat meowed at her.

She set the scrapbook down on the coffee table, reminiscing about José Mateo, their first dance, and the week that followed. A proper date. A nighttime ferry ride to Isla Mujeres. Salsa dancing in Playa Norte.

Their first night together on Diego's boat. More dancing to Sade.

The sunrise.

The memories were fond ones, until it was time to go home.

Too soon. She'd had to leave him too soon.

As she opened the cat food can and mixed it with dry food, she thought about the rest of that year. Her father being diagnosed with early onset dementia. Her niece Alex going to college, discovering weed, and dropping out. How stressed out her mother was.

Curtis's second divorce. Then 9/11, the terrorist attack on New York City, which tilted everyone's worlds sideways.

He'd written to her as he promised, José Mateo. The first postcard came only two weeks after she returned home. It showed a photo of the impossible turquoise water and read, *Wish You Were Here.*

The note had been brief, but sweet.

Cielo, I am thinking of you todo día, every day. Looking forward to our next dance together. Te Amo, José Mateo.

She couldn't even remember now if she'd written him back. Certainly she'd written him back, right?

She set the food down and John Mayer The Cat daintily

hovered over it and ate. Skylar made herself a bowl of sauerkraut and turkey dogs, her family's old New Year's traditional meal, and sat in the living room to the open scrapbook.

The next postcard stared at her from the pages.

Thinking of you from Isla Mujeres.

It was postmarked *October 2001*. This was before the internet had grown from a research tool to a public social gathering, so since they had not exchanged phone numbers, this note said, *Hoping you are okay after the tragedy in NYC. Write to me so I know you are okay. Te Amo, José Mateo.*

The end of that year had been so tough. Her mom had promised her father, no matter how sick he got, they would do their best to keep him at home and take care of him. Alex was off to college again and Drew was finishing high school, so Skylar filled in the blanks of taking care of her dad to give her mother a break.

Sometimes her dad refused to take his medicine, and sometimes he was angry and mean. Sometimes he remembered her name, and sometimes he didn't.

Her brother had taken a good-paying job in Chicago for a while, in between recording albums.

When it came time that her father couldn't be alone, her mother was home with him during the days, and Skylar stayed with him in the evenings after school, so Kate could run errands and do her church outings.

He'd had some lucid moments, too, her father. Where she knew he loved her, and she showed her love by taking care of him the best she could.

Skylar had answered this postcard.

She remembered penning a note on some palm tree stationary that said something like:

Hello José Mateo, I think of you often. My dad is sick and I am busy, but we were not hurt by the terrorist attacks. It is weird in America right now. I wish I could come and see you again, but I don't know when. Take good care of yourself. Te Amo, Skylar.

This letter had been returned to her with a note that said, "Recipient no longer resides at Address" written in Spanish. She'd thought about trying to resend it, or sending it to the bar, but the address matched the one he had given her at the airport, so she didn't know why it was returned.

Maybe he had moved. Maybe he had moved on. Maybe he had met someone else.

All of those tourists and all of that dancing.

What they had was just a fling, anyway.

Still, Skylar remembered the day they spent wandering around Isla Mujeres, holding hands and laughing. His dark and sparkly eyes and his huge smile and shy confidence. How he called her *Cielo* and *My girlfriend from Los Estados Unidos.* How he and Diego had fought that Kurt guy from Michigan for Vicki, only after the guy tried to attack them again.

Skylar was worried about Alex then, and devastated at her dad's illness, barely keeping her head above water with teaching and taking care of him in the evenings and taking care of herself.

She'd gone on a few bouts of dates, nothing interesting, and the one guy she thought might have potential for something serious wanted her to move to Omaha with him for work.

She couldn't just up and move to Omaha, and the guy didn't understand, so he broke it off completely and quickly. All he wanted to do, anyway, was sit around and watch TV or play video games, so when he was gone, she didn't even miss him.

Before he left, though, he'd told her she'd never find a guy that was going to take a back seat to her family. He said she spent too much time with them, and called her an 'over-dutiful' daughter, the prick.

She'd blocked his number.

Her own mental health wavered. Every time her dad didn't recognize her, or every time he swung into a fit of rage, it was like she was grieving the death of the father she once knew, while he was still alive.

Then not long after his death, her mother had gotten sick. Skylar and Curtis and the rest of their family were able to say goodbye to Kate, at least, still lucid, but also, ready.

At some point, she'd pressed the sweet, luminescent memories of José haphazardly in the scrapbook and closed it. Her vacation fling for the week had been just that, a fling.

Skylar closed the scrapbook and stood up to adjust her blinds. Snow glistened under the streetlights. She'd made it through another holiday alone.

New Year's Day, as an orphan.

At least Alex had called. A wedding was something to look forward to. She wondered about Vicki in Cancún, and was only slightly sad that she hadn't gone with her. In her late forties now, she didn't have the energy for a vacation like that.

Vicki's extra energy came from living in the sunshine of central Florida. Here in Greenview Falls, it felt like you should go to sleep and stay asleep until March.

Chapter Twenty-Four

Skylar woke up to a text from Alex.

"Change of plans. We're not coming to Greenview yet. When's spring break? Will you come to Florida and help me pick out a dress?"

The text made Skylar smile. Alex had never been a girly-girl, so picking out a dress might be difficult for her. Or maybe it wouldn't.

"Spring break is second week of March," Skylar replied. "Of course I will."

The thought of getting out of Ohio and being in the sunshine for a few days *did* make her feel optimistic. She could get her own room and spend some time reading on the beach. Soak up some sunshine.

Alex would understand if Skylar didn't want to be staying out late and partying. As far as she knew, Alex had stopped drinking. Dress shopping wouldn't take a week, right? Maybe she could rent a car and drive out to see Vicki.

"We're going to make a weekend of it," Alex said. "And mix it with a bridal party."

"Low key."

"In Orlando."

"Night out at CityWalk."

Oh, that was perfect! Skylar could reach out to Vicki and maybe they could stay there.

"How many people?" Skylar wrote.

"Me, my friends Layla and Gabby, and you."

"And my mom."

Skylar was glad she was inviting Diane, too. Their relationship had always been strained, but it seemed extra strained lately, since Curtis's passing. His unexpected death brought all of them to their knees.

For Skylar, it was the hardest to stand up from.

"Mom might not come," Alex wrote.

Why wouldn't Diane come?

She *was* kind of a homebody, and she didn't like to travel.

To each her own, Skylar thought.

"Wedding is in Tennessee in July."

"Oh, wow. "That's quick!"

"JT wants to make sure I don't run away," Alex wrote with a smiley-face emoji and an eye-roll face.

"Gotcha," Skylar said.

A wedding. She could look forward to a wedding. And now two trips, one for spring break, and one for summer.

Vicki called a few days later. Her voice was cheery, as always.

"How was Cancún?" Skylar asked.

"I wished you would have come!" Vicki said. "This trip was much tamer than the last time we were there. I mostly stayed on the beach and read. You would be proud of me. I didn't go looking for a vacation fling, and I went to bed early every night." She laughed. "I got a good tan though, and watched the sunrise every morning."

"That's great," Skylar said. "I'm so glad you had a good time."

She had since put away the scrapbook and the old pictures from their thirties trip.

"I ran into Diego," Vicki said.

"You did!?"

"Yeah," Vicki said. "I took the ferry out to Isla and swam with the dolphins, and he still owns that little Cantina in El Centro."

"No way," Skylar said.

Why did she assume his life might have changed so much? Other than her parents' passing a few years apart, then her brother, Skylar still lived in the same town and worked the same job, seventeen years later.

Her mind drifted to José Mateo.

Before she could ask, Vicki said, "José doesn't live there anymore. Diego said he finished his degree, got promoted, and moved away." Vicki paused. Skylar digested the information, but didn't reply. "Diego said they lost touch about five years ago. His number changed or something, and they don't do social media."

Skylar figured. Maybe that's why her letter didn't get through. He'd moved.

It was so long ago.

"I mean," Vicki continued. "I think that's what he said. Spanish-to-English translation, you know? I've been working on my Spanish but everybody there talks so fast. Diego looked good," she said. "Older and grayer, but aren't we all?"

Skylar laughed. "I'm glad you had a good trip."

José had probably gotten married and had kids, like the rest of the guys her age. Or, even more common, gotten married, had kids, gotten divorced, and now had grown kids.

Maybe even grandkids.

Hopefully he was working as a tour guide like he dreamed. Hopefully, he'd gotten the chance to travel.

He deserved whatever he wanted.

José had been the only man in Skylar's adult life who she felt truly loved her. The Marc guy didn't love himself. The Troy guy loved her roommate. The Omaha guy was a jerk. But José, he'd been a different lover altogether.

This was a sad thought. A guy she'd only known for one week was the only man who ever loved her? He hadn't had time to hurt her. If they'd have kept in touch or seen each other again, she knew it wouldn't have lasted.

Like Curtis said, falling in love is easy, relationships are hard.

She was going to have to get out more.

"Alex is getting married!" she said to Vicki. "She wants me to come down for her bridal party, and to help her pick out a dress," she said. "In Orlando."

"Oh, Skye, that's great! It'll be good to see you all. You can stay with me, if you want. I have the space."

"There are going to be five of us, maybe six?" Skylar hadn't asked if JT was coming.

"My condo sleeps five. We can make it work."

Vicki had concentrated on graphic and digital design in college, and had done quite well for herself. She hadn't married again, but had been with the same guy for five or six years. They lived next door to each other, which Skylar thought was wild.

"How's Richie?" Skylar asked.

"He's good," Vicki said. "Working a lot, but that's what we do. I tried to drag him to Cancún, but he hates flying."

"It's cool that he let you go, though," Skylar said.

"I'm not married; I do what I want." Vicki gave a high-pitch laugh. "I mean, we trust each other. We've got a good thing going, and he knows the last thing I need or want is another guy in my life. He's enough. He drove over to see his family on the coast for the holidays. It worked out."

Skylar admired Vicki's independence, and her ability to keep her identity in a relationship. Over the years, Skylar had seen Alex struggle with people-pleasing, with guy-hopping, and with alcohol, which was probably the root cause of it all. That, and maybe Skylar's brother, her dad, being emotionally unavailable sometimes. Alex had grown through it, though. She kept improving herself and learning from her journey.

"I'm sorry I couldn't find José," Vicki said. "I was really hoping to find him."

"Why were you hoping to find him?" Skylar asked.

Vicki sighed.

"Skylar Ward, in all of my years, I have *never* had a guy look at me the way José looked at you *before* sex. After sex, sometimes. But before? Never. That guy fell in love with you like he'd spent his whole life envisioning you, and you came to life in his reality." She giggled. "It was fun to watch. You still have that picture I took?"

"I do," Skylar admitted. "I was looking at it not too long ago."

"Let's go out one night when you get here. We can get dressed up like the old days, and go out on the town."

Skylar didn't reply.

"When's the last time you were out, Skye? I mean, when's the last time you went out to have any fun?"

"I don't know. I had lunch with the girls from work a few weeks ago."

"That doesn't count," Vicki said. "I mean, when's the last time you went to a club, played pool, went dancing . . . did anything that didn't have to do with work?"

Of course, Skylar couldn't remember. She liked staying home. She liked her small house.

"Bring your dancing shoes, because we are going out when you get here."

"Vicki," Skylar said. "I am going to be forty-eight years old in a few weeks."

"Forty-eight is the new twenty-five." She sounded urgent. "Bring some makeup. And your secret-weapon lotion. The vanilla stuff."

"How do you know I still have that vanilla lotion?"

"Bring it. I love you."

Chapter Twenty-Five

lex's mom and Skylar decided to travel together. They drove down in Skylar's Subaru, because it got better mileage than Diane's minivan.

She was a little worried about spending so much time with Diane. Though they had bonded as younger people, they weren't what Skylar would call "friends" anymore.

Diane was a follow-the-rules conservative type, and Skylar was more progressive in her thinking and looking at the world. Skylar decided they would absolutely not talk about politics, or anything going on outside of Alex's wedding. Diane was a realtor, and had helped Skylar buy her house, so she was grateful to her.

Curtis had barely been sixteen when he'd gotten Diane pregnant; he didn't even have his driver's license yet. Their dad had been less than enchanted, but their mother Kate had been strong and steady and unwavering in her support.

Skylar remembered their parents arguing about it, but her mom won, and the young couple came to raise their first baby,

Alex, in their house. Skylar was just twelve when Alex was born.

Alex came out with a full head of shiny dark hair and bright blue-green eyes. She had dimples and the tiniest hands Skylar had ever seen. Skylar thought of Alex as her own.

Though it wasn't a conscious decision, sometimes Skylar wondered if she'd decided not to have children because she'd watched her brother struggle so much. He was fun and funny and a good dad, but he had to drop out of school, get a GED, and go straight to work.

He'd quit playing guitar for a while, which was the thing he loved the most. It was hard to watch him when he wasn't playing music. It probably spurned some of his and Diane's problems. His aimlessness, and that they were so young.

The drive was pleasant enough. They stopped at the Cracker Barrel for lunch, and Subway for dinner. Atlanta traffic wasn't so bad, even though Skylar hated driving in five lanes of interstate.

They stopped at a Holiday Inn on the south side of the city, and she and Diane settled into a small room with two queen beds.

"You must be so proud of Alex," Skylar said.

"I'm surprised she invited me," Diane said. "She didn't have to."

"You think your own daughter wouldn't ask you to help her pick out a dress for her wedding?"

"We haven't been very close in her adult life. I've worked hard to change that, but I don't think she sees me as someone she looks up to."

Diane had washed the makeup from her face and put on her nightgown. She set her phone on the nightstand. Skylar noticed their resemblance now, Alex's smile, and her light complexion. Curtis had dark, dark hair and striking blue-green eyes. Diane's eyes were a lighter shade.

"Having a daughter is like giving birth to your own heart and then hoping it doesn't wander into trouble."

Diane hadn't been forthcoming with Alex about Curtis's death, afraid that Alex might self-destruct into alcohol or drugs again. Skylar hadn't agreed with it, but she honored Diane's wishes as a mom.

"Hard to keep your heart out of trouble sometimes," Skylar said. "I can't imagine."

She could imagine, though. Sometimes Skylar loved her niece and her nephew as intensely as if she had birthed them herself. She prayed for them and worried for them.

But maybe she didn't understand.

"The hardest part," Diane said, "is when your kids don't seem to respect you."

Diane and Curtis had to figure out adulthood with two small kids hanging onto their hips. Diane had finally settled down into a stable marriage and Skylar thought that was something to look up to.

Skylar didn't know much about marriage, either. "You and Steve seem to have a strong relationship. That counts for something."

"Marriage doesn't fix all of your problems," Diane said. "I wish it did, but it doesn't."

Skylar didn't want to ask any follow-up questions for fear of seeming nosy. "I *can* imagine that," she said, and checked her phone. No new messages. They settled under the covers and then Skylar flipped off the lamp.

* * *

Skylar loved this giant sign with the orange on it. "Welcome to Florida." The sky turned bluer and the clouds became fewer and farther between as they drove south.

"What kind of dress do you think Alex will go for?" Skylar asked Diane.

"If she had her choice, she might get married in yoga pants and a sundress." She laughed. "I don't see her picking anything classic, or even white."

"Even women who don't like fancy weddings or formal events sometimes choose to go traditional." Skylar wished her mother's dress they'd found in her old, blue trunk wasn't yellowed and falling apart. It was a simple, elegant thing.

Alex had told them to meet in Orlando, and Vicki offered for them to rendezvous at her condo. Skylar was looking forward to seeing it for the first time. Alex was bringing her friends, Layla and Gabby, who were going to be in the wedding in July. Vicki said she had just enough beds to accommodate them.

They finally arrived at the Vicki's address, a gated community situated between a golf course and a lake.

"This is really nice," Diane said.

Skylar punched in the security code and the gate opened. "Vicki's got a pretty good job."

They wound around the condo complex, toward the back. The map on Skylar's phone said, "Arrived."

An oversized white truck was parked in front.

"This must be it," Skylar said.

Skylar opened the door. It felt so good to stretch her legs.

"Aunt Skylar!"

Alex came running down the steps in a blue sundress and flip-flops. She hugged her and then her mom, and showed them her ring. It was made of shell, with an aquamarine stone in the middle, silver wrapped into the shape of a wave.

"Congratulations, Alex," Skylar said. The old amethyst of Kate's hung around Alex's neck. "It's beautiful."

"You're just in time," she said. "We're grilling some fish."

Inside, across on the wall above the dining room table, a painting stood out. One of Skylar's own. It caught her by surprise, seeing her work on someone else's wall.

This one was large, 36×48 acrylic on wood. The blues and grays gave way to aqua and white, and she had used some glow in the dark paint, so constellations and planets glowed after the lights were out. The silhouette of palm trees and a sailboat contrasted the blue green streaks of sky and water—Skylar's favorite scenes to paint.

It was magical for Skylar to look at her old work. She'd painted that one after she'd come home from Isla Mujeres. From dancing with José.

"Your home is lovely," Diane said. "Thank you for hosting us."

Vicki's place was huge and beautiful. She called it a condo, but it reminded Skylar of a townhouse. A really large townhouse. Two stories, with a balcony overlooking the pool.

Skylar hugged Vicki and re-introduced her to Diane.

"I think you two met way back when we were in college," she said.

Vicki shook her hand graciously. "Welcome," she said. "Please make yourself at home."

Vicki's blonde hair had a few sprigs of gray in it, that could be mistaken for blonde. The crow's feet at the corners of her eyes had deepened, but otherwise, she looked the same. "I'll give you the tour."

There were three bedrooms, one with two twin beds in it, and Vicki pointed out the pull-out couch in the living room.

"Miss Alex is here," she said. "Gabby and Layla have the queen room, and you girls can sleep in the guest room."

Alex was in the kitchen mixing frozen drinks.

"You're not drinking," Diane said to Alex from across the room. "Are you?"

"No, Mom." Alex said. "Virgin margaritas. Do you want salt or no salt?"

"No salt, please," Diane said. "The doctor has been trying to put me on blood-pressure medicine, but I don't want to take it."

"Aunt Skylar?" Alex asked.

"Salt, please."

They put their suitcases in their shared room, and changed into more comfortable clothes. Diane always looked put together, her hair curled and her makeup flawless, bringing out the pink in her cheeks. In comparison, Skylar always felt kind of hippie-ish. She'd stopped wearing makeup in her thirties, and instead had dyed her hair in different colors of the rainbow. Currently, there was a bit of red and purple left, but she had let most of it go gray. It had stayed thick, though, so she pulled it up into a tucked ponytail and shared some sunscreen with Diane.

"I put some on this morning," Diane said.

"Mom," Alex came to the door. "I want to introduce you to my friends. They're down at the pool." She handed Vicki, Diane, and Skylar frozen drinks in clear plastic tulip glasses. They reminded Skylar of the cups in Cancún, that looked like fancy glasses, but if you dropped one, it wouldn't break.

Alex carried three drinks in two hands. She stopped to sip from one before they climbed down two sets of white metal stairs to find Gabby hovering above a grill and Layla lying in the sun.

Gabby had a baseball cap on covering her short hair, and her long eyelashes peeked out from under her hat. She looked comfortable in cargo shorts and athletic sandals, a bathing suit strap peeking above her tee-shirt.

"Hey!" she said, and waved to them with a set of metal tongs.

Layla stood up and blocked her eyes from the sun with one hand. She had a green bikini on, a deep tan, and a block of freckles on both shoulders.

"These are my friends Layla and Gabby," Alex said. "Layla is my maid of honor. She works with me at Sailor's Inn."

"I asked to be a groomsman," Gabby joked, "but it's Alex's wedding." She opened the top of the grill and ducked the steam pouring out, before she flipped a large foil package, and tended to wooden sticks piled with peppers, tomatoes, and pineapple.

"We're just doing something small and simple," Alex said. "JT's friend Pauly, and Layla are going to stand up with us."

Layla shook both of their hands and took the margaritas from Alex.

"It's nice to meet you both," she said. "We love Alex and JT."

"Nice to meet you girls," Diane said. "Is JT coming this week?"

"No," Alex said. "He's actually going to Greenview to file his last set of divorce papers."

Skylar had heard a little bit of gossip in town, but she'd tried to tune it out. Something about JT's ex-wife leaving him for one of Curtis's musician buddies. She tried hard to stay out of other people's relationship dramas, but she'd heard his soon to be ex-wife was pregnant again, and going to remarry.

"Okay," Diane said. "What are we having for dinner?"

"Mom," Alex said. "Don't be so pushy."

"I'm not being pushy," Diane said. "I was just asking."

Vicki, the ever-mediator chimed in. "Gabby is making fresh

grouper and kabobs, and I have a salad chilling in the fridge. Gabby also made some beans and rice."

"My mom's recipe from Puerto Rico. Everyone loves it."

"Maybe I'll take a little walk," Diane said. "Stretch my legs a little bit from the drive."

Vicki lifted a finger and smiled. "Just one little thing. There's an alligator hanging around. Her name is Dorsey. If you happen to see her, just run in a zig-zag pattern and don't stop until you get inside."

Diane's eyes widened. "Maybe I'll just go upstairs and unpack my bag."

"Dress shopping tomorrow," Alex said. "And then I was thinking we could go out to CityWalk? Have a girls's night on the town?"

"That sounds nice," Diane said. "Do you have a dress in mind? A certain style?"

"I'm not sure. I hope I'll know when I see it."

Diane and Skylar helped Vicki set the table, and as the six of them sat down to eat, Alex raised her cup and said, "I have some more big news I wanted to share."

Oh, Skylar thought. Alex must be pregnant.

"I got a book deal!" Alex said. "I sent my manuscript to one of JT's agent friends, and we signed the papers with an editor yesterday."

"Oh, honey, that's wonderful!" Diane said.

"I can't share all of the details yet, because we're still waiting for approval of some things before it's officially announced." Alex's voice wavered. "I've been working really hard on this project. And it's finally going to see the world."

"Plus," Gabby chimed in, holding her tulip glass up in a cheers gesture. "They're putting some serious money behind it."

Alex cleared her throat. "Yeah, so. They drew up a contract

for a three-book series. The editor had apparently been looking for a book like mine for a few years." She sipped some water. "They are offering me one-hundred and fifty thousand dollars for three books."

Skylar's jaw dropped. That was more money than she made teaching in three years.

"Oh Alex. I'm so proud of you. Congratulations!" She stood up from the table and hugged her.

"Our friend Alex," Gabby said, "is going to be the Next Big Thing."

"It's a lot of pressure." Alex sat back down. "But I think this is what I'm meant to do."

Skylar realized she hadn't asked Alex about teaching. "How's your semester going? Are you going to continue?"

"I'm not actually teaching this semester. They discontinued the class I was hired to teach, so I'm kind of in limbo right now."

"They discontinued English?" Skylar asked. "What's next, math?"

Alex laughed. "It was a pre-college course to help them brush up on their reading and writing skills. I think my students need it, but I'm not in charge of anything."

Diane said, "Can I say a prayer?"

Gabby was already chewing. Layla opened her hands and held them to either side of her.

"Mom," Alex said. "Really?"

"Alex," Skylar said. "Your mom's been praying for you every morning, noon, and night since you were born." Gabby set her fork down and they all held hands around the table and closed their eyes.

Diane cleared her throat.

"God, thank you for this day that we celebrate my daughter, and her new journey. Please bless our time together. Thank you for the path that reconnected her to JT; please guide them along in their future together. And thank you for this good news in Alex's career. She has been working hard with your guidance. Thank you for her recovery, and for giving her serenity and peace. Please bless this food to the nourishment of our bodies, and the hands that prepared it. Amen."

The women said "amen" in unison and then Gabby did the sign of the trinity across her head and chest. When they finished dinner and cleaned up the kitchen, Layla said, "I've got something for us."

They all sat down in the living room. She presented white gift bags, each with a gift inside: pink tie-dyed sundresses with their various roles printed on the front in cursive.

Skylar's said, "Aunt of the Bride." Diane's said, "Mother of the Bride," and so on.

"These are so girly!" Alex said. She hugged Layla. "And I love them."

The next day, after they had pedicures and Saturday brunch in downtown Orlando, Layla and Vicki led the charge to the dress shops. The first shop was a ritzy bridal place where the attendants offered them champagne and cheese and crackers. One of the dresses they chose for Alex cost five-thousand dollars.

Diane offered to pay for the dress, but Alex turned up her nose at most of them, and they left. The second and third shops were more of the same. Alex tried on a couple of dresses. Of one she said, "This is ridiculous." Of another she said, "How do people wear these things? They're so scratchy."

Skylar knew this might be hard for Alex. Alex was a no-frills girl. By the fourth dress shop, she was tired and frustrated, and Layla and Vicki were defeated. They sat on a bench in their matching pink tie-dyed dresses while the attendants scuttered around extravagant dresses, and Alex politely declined.

"What's your vision?" Skylar asked. "For your wedding. It's your wedding, you know. You can dress however you want."

Gabby joked, "I told her to wear that tight black tennis dress she has. That thing is h-o-t, with a capital 'H.'"

The ladies laughed.

"I don't know," Alex said. "I want to be comfortable. I was hoping for something simple, you know? Like a simple white sundress."

"Surf shop," Gabby said.

"What?" Alex asked.

"We passed that surf shop a few blocks ago. I wanted to go in, but we're doing girly things."

Alex's face brightened.

Layla said, "We could try. Why not?"

Inside the surf shop, a clean-cut white guy in board shorts said, "What's up, ladies? Let me know if you have any questions."

They passed rows of surfboards, beachy jewelry, and in the back were two racks of soft dresses and bathing suits.

"This is it," Alex said. She pointed to a simple white sundress, with lace daisy patterns around the sleeves.

"Yeah!" Gabby said. "You can show off your guns!" She flexed one arm.

Skylar studied it and Alex's face, who smiled for the first time since brunch. "It's soft," she said. "And simple."

"Like you," Layla said.

"I am not simple," Alex said.

"But it fits you," Skylar said. "Go try it on."

"It's nice, honey," Diane said when she emerged from behind the curtain. "It *does* fit you. Simple and elegant." The girls were in unanimous agreement.

Five shops and fifty dollars later, they had found Alex's dress.

Chapter Twenty-Six

They parked in a garage at CityWalk. Orlando was crowded with spring-breakers and Disney-goers, but this was where Alex wanted to be. The women wandered the shops and restaurants, trying to decide on a place for lunch. There was a ton of choices, and Skylar was ready to choose one, because she was sweating through her dress.

Families and couples poured in and out of storefronts. Lots of smiling faces and music coming from the various restaurants, made the place feel even cheerier than normal Florida. Gabby led the pack, and Skylar and Vicki walked behind them.

When Skylar saw the sign, a wave of memories crashed over her. She froze in her tracks. Had she been here before? She'd never explored Orlando. Vicki stopped next to her. A giant iguana statue sat on a bench outside under a sign.

Señor Iguana's, Orlando.

Adele's voice sang from two speakers on either side of the door. There weren't any ropes blocking the entrance, but otherwise the building was identical.

Funny signs hanging up.

Saving the world from boredom since 1985.

"I heard they were building one of these," Vicki said.

Skylar smiled. "This brings back memories."

She thought of Cancún and José Mateo and the magical shoreline, dancing, and laughing, and laughing some more.

Alex and the rest of the girls stopped and turned around.

"Aunt Skylar, what's wrong?"

Skylar snapped back to reality, a smile lifting her cheeks.

"Vicki and I went on that Cancún trip for my thirtieth birthday, and we had a lot of fun at this place called Señor Iguana's."

"Your Aunt Skylar fell in love with a guy who worked there," Vicki smiled. "She probably didn't tell you about that."

"I didn't *fall in love*," Skylar said. "We were only there for a week."

"Okay," Vicki said, adjusting the shorts under her dress. "A guy who worked at Señor Iguana's Cancún fell in love with your Aunt Skylar, and she had a vacation fling for a week."

Skylar didn't usually talk about her love life to Alex. She was embarrassed, but the smile wouldn't stop.

Diane studied her. Layla and Gabby were holding hands. They walked up to the menu posted on the wall.

"Let's eat here, then," Gabby said. "They have chili cheese fries."

Everyone seemed to agree, but Skylar couldn't move her feet. She was still frozen in place and processing the memories. José Mateo. The merengue. The taste of cinnamon on his mouth.

"Aunt Skylar, please do tell," Alex said.

Skylar tried to shake the burning feeling in her heart.

"Nothing much to tell."

Gabby held the door for them as the girls all entered the restaurant.

"This guy I met took me to dinner and dancing. We laughed a lot and had fun together."

Inside, the restaurant's darkness contrasted with the bright and sunny day. Skylar blinked a few times to focus. They approached the hostess stand. Skylar's wet dress turned cold in the air conditioning, and she was still sticky.

"Six of us," Gabby said. "For lunch."

The hostess gathered menus and was leading them to a table when she saw him.

The moment was the same as the first time, years ago.

He stopped and stared. She was caught up in that look in his eyes. Confident, sparkly desire. He tilted his head back, clenched his jaw a few times, and touched his tongue to his top lip. "Cielo?"

He was softer, grayer somehow. Not wearing a headband, but instead carrying a clipboard. A name tag hanging from a lanyard around his neck.

Adele's voice, "When We Were Young," sang out around them.

"José Mateo?" she said, more to herself than to him.

It couldn't be him.

He couldn't get papers.

It looked like him.

Was she dreaming?

Vicki ran straight toward him and hugged him.

"José, how are you!?"

"Is this the guy?" Layla whispered.

"Wow," Gabby said. "This is cool. He called her *Sky* in Spanish. Or *Heaven*, depending on how you're translating." Gabby bounced the 'L' off the top of her mouth and raised her eyebrows. "Ci-e-lo."

Alex and Diane stood watching.

Skylar didn't speak, she stood still in her flip-flops and her pink tie-dyed *Aunt of the Bride* dress.

He stepped toward her cautiously and kept his eyes in hers. The warm tones, the burnt umber, a deep longing. Playful and wise.

"It is you?" he asked.

She wasn't sure how she appeared. She wasn't sure what was happening. Like some kind of magic moment, some kind of déjà vu. The past building a bridge into the future. Like someone should pinch her.

"How are you?"

He stopped a few feet from her. The rest of the girls stared while she searched for words.

"Hi," she finally said.

She wasn't sure what to do with her arms. She fought the urge to reach out. They hung there. She clutched her bag.

"You," she stuttered, "got papers?"

He stared at her. The words were just words, but the look was its own intensity. "I finished my degree, and got a promotion." His smile, brightening up his whole face. "I got temporary papers to help open this store."

He took another step toward her.

She wanted to reach out and hug him, or grab his hand, or kiss him as hard as she could, but her body wouldn't move. Her eyes fell to his ring finger. *No ring*.

What if she were dreaming and she was going to wake up? She didn't want to wake up.

The hostess stopped, hugged the menus to her chest and said, "I can show you to your table."

Gabby pulled Layla's hand. "We'll give you two a minute. I'm hungry."

Diane and Vicki followed them, then Alex, who lingered in suspense before she retreated.

He took another step toward her.

"You look the same," he said. "As the first time I saw you. You look good." There was only a few inches of space between them. In that space, she felt this energetic pull toward him. As if he were light and she had been sleeping in a dark cave.

"Can I hug you?" he asked.

He took the last step forward and wrapped her in his arms. He smelled cinnamon sweet and sweaty and clean. He held here there against his chest, and inhaled a deep breath. She let his warmth permeate her, and then she pulled back.

"I'm all sweaty and sticky," she said.

"I like you all sweaty and sticky."

She gazed at his playful face.

"I'm kidding. You smell like cookies."

"I can't believe it's you." Skylar rubbed her sweaty palms against her dress. She should gather herself. "It's been a long time."

He grabbed both of her hands and held them while he stared at her. "It *has* been a long time," he said. He played with her fingers as if they were ringlets. "I sent you the postcards," he smiled shyly.

His sparkly eyes held some fear there. Some hurt? Some dimness.

She clutched his familiar hands and squeezed.

"I'm sorry." She meant it. "My dad became ill, and I wrote back, but my letter was returned. They said I had the wrong address."

Skylar shook her head, regretting she hadn't tried harder to find him. She could have sent something to the restaurant. Could she have? Why didn't she do that? She could have looked him up on social media.

He pulled her left hand up to his heart, and held her ring finger between his thumb and forefinger.

"Are you married?"

"I'm not. Are you?"

He shook his head while he clenched his jaw, and pointed to a group of guys coming in behind them. "Is that tu novio?" he joked.

She laughed. "No. I don't have a boyfriend."

She wanted this moment to reach out into forever. Standing here. Holding hands. With José Mateo. *At Señor Iguana's. In Orlando.*

She'd been certain he'd found someone else after all this time. How could a guy this attractive not be taken by now?

"Dance with me?" he asked. He pulled her into him and clasped her hand to his chest like that old-fashioned, chivalrous first dance years ago.

Adele sang about photographs.

Skylar savored the moment, his warmth, his familiarity.

"Isn't it too early to dance with the tourists?"

She cautiously rested her head on his shoulder and let her body remember his gentle touch, his passionate lovemaking. Their salsa dancing on Isla Mujeres. The waves on the sparkling sand.

"We are creating a little bit of México here in Orlando. And Mexicans dance whenever they feel like it." He spun her around and pulled her body back to his.

Her mind grounded into reality.

Maybe this wasn't a dream, and she wasn't going to wake up.

"How did you get papers? I thought you couldn't get a passport or a visa or whatever."

He ran a hand down one of her bare arms.

"I put in for this general manager job. General managers get papers."

"You put in for this job?" Part of her still didn't believe this was happening.

"I was thinking of trying to find you, but I did not want to be, how do you say, a stalker. Your niece is getting married?" he asked. "Congratulations."

"How did you know?"

He stepped back from her. "Your dress," he said. "Aunt of the Bride?"

"Oh," she had forgotten. "Yeah. I'm excited for her."

He pulled her back in, and spoke in a quieter tone.

"How come you did not get married?" he asked.

She'd never felt the way about anybody else that she felt about him. No other guy remotely came close to being as much fun, or treating her with as much respect or kindness. She'd given up on men and romantic love.

"Why didn't you?"

She pulled back from him to look into his eyes.

He smiled and shrugged shy confidence, and playful. "I was waiting for you to come back."

"For twenty years?"

He pulled her back in again, put his lips close to her ear, and he led their feet so they rotated in a circle while they danced.

"Seventeen. I dated some. It didn't work out."

When the Adele song ended, she felt the same way she felt after their first dance all that time ago. Cherished and adored and awestruck. She stayed close to him and they kept dancing slowly.

Her mind zeroed in on Alex.

"My niece is in recovery for alcoholism, so can you ask the staff not to squirt tequila down her throat?"

"I can," he said. "We are tamer here than in Cancún. More

families and less drinking. But I will tell them." He guided her body back gently and gazed at her face. "Do you live here?"

She felt regal, like a goddess. "Your accent is almost gone. Your English is getting better," she joked. "I still live in Ohio."

"And your Spanish?" He left the question open and smiled. She hadn't spoken any Spanish to anyone for years.

"Yo no sé," she said.

She felt a bizarre sense of otherworldliness. Like she was not quite grounded in her body. "I should get back to the party, though. To the girls."

She didn't want to. She wanted to stay close to him.

"I do not want to let you out of my sight," he said, spun her around again, then settled his forehead against hers. "Come dancing with me later?" His breath, sweet and spicy on her lips.

She wanted to kiss him but she resisted. His body and his spirit felt so familiar, like things between them hadn't changed at all, even though all this time had passed. Like they were right back in the same moment when they met.

"Sure," she said.

He pulled away and lifted his cell phone from his pocket. "I am a local call now."

She spoke the numbers to him, and watched the edges of his lips curl up as he put them in. He had aged well. She listened to the clicks, and then he put the phone away.

"I am working until seven. I will get cleaned up, and then I'll call you?"

"Sure," she said. There was so much she wanted to say, but she couldn't figure out how to say it. He held one hand on her lower back as he escorted her to the table. Her arms were shaking with nerves.

Gabby held a menu in front of her face, so only her eyes were showing, then lowered it to her chin.

"Vicki filled us in. José, you want to join us?"

He pulled out the chair for Skylar and she sat down self-consciously. Stiff. She felt stiff, afraid if she moved too much, she might wake up.

"I cannot," he said. "I am working right now, but thank you." He helped Skylar scoot her chair in. "Congratulations on your engagement," he said to Alex. "I will come back to check on you all in a minute."

He turned back and smiled at Skylar before he sauntered away, one leg dragging behind him like he was warming up for a sporting event.

Alex almost squealed; and it took a lot for Alex to get excited. "Aunt Skylar! Why didn't you tell me about him? He's hot for an old guy!"

"Thanks, Alex. Yeah. He's something." She flushed.

"Your face matches your dress right now," Gabby said.

Skylar knew she should be acting older and more mature, as Alex's aunt. Instead she felt like a giddy little girl who'd just run into her crush on the playground.

She sat next to Diane and started to put her napkin on her lap, but maybe she should go into the bathroom and check her hair.

"What is it with your family and Mexican men?" Gabby asked.

Layla kicked her under the table.

"What?" Gabby said. "I'm allowed to ask that. Alex, didn't you tell me your grandmother had this hot and steamy love affair with a musician named Del Rio when she was young?" She set her menu on the table. "I love Mexican men. They make good wingmen." Gabby winked.

"Spill the beans, Aunt Skylar," Alex said. "We want to hear about your *not* falling in love in Cancún, and the guy moving to Orlando?"

Skylar sighed a heavy sigh, and tried to tell the edited-for-her-niece version, but Vicki cut in on some of the revised parts.

"He approached me the first night we went dancing," Skylar said, "and asked me to dance, in Spanish."

"He fell in love with her right then and there," Vicki said, "and I snapped a picture of it. You should see the way he was looking at her with those dreamy eyes."

Skylar laughed. "We were young then. He took me to dinner and then dancing, and we had a lot of fun." She was going to leave it at that.

But Vicki told them about how José took Skylar to Isla Mujeres, and they danced and sat on the beach, and then spent the night on Diego's boat. Vicki told them about meeting the creepy Kurt guy.

She left out the parts about the pills and the weed, but she told them about how the guys from Michigan attacked them outside of the bar, and Diego and José had protected them. How they'd had Kurt arrested to scare him. She laughed defiantly at that part of the story.

Skylar told them about their last sunrise, and how José Mateo had promised to write. To send her the postcards.

"And you didn't write back?" Layla asked.

"I did," Skylar said. "The second postcard was returned. And then my dad was diagnosed with dementia, and I turned my attention to helping Mom take care of him." She trailed off into the memory. "Then 9/11 happened."

"That sounds like a love story," Layla said, "from a movie. And now he's here? What are the chances?"

"You're going to see him again while you're here, right?" Alex asked.

The waitress came over to take their order. She had a look in her eye that Skylar couldn't interpret, but all of this was bizarre.

Gabby ordered six virgin strawberry daiquiris and her chili cheese fries. Skylar ordered a burger, and Alex and Diane ordered salads. Layla decided on nachos.

"I think so," Skylar said. She held up her phone. He had already sent her a text. "You are finally *here*. I cannot wait to see you tonight."

"Is he married?" Diane asked. "A guy like that probably has girls lined up to Tampa to marry him, if he doesn't have a wife and kids back in Mexico."

"*Mom*," Alex scolded.

"I was just *asking*," Diane said.

"He said he's not," Skylar replied.

Vicki sipped on her strawberry daiquiri and said, "Okay, Alex. We want to hear about your wedding."

Yes. Today was about Alex, not about her and José Mateo.

She hadn't felt excited about life in . . . she didn't know how long.

Chapter Twenty-Seven

Alex talked vividly, with her hands, and explained how she envisioned her big day. They were going to get married at Serenity Lake in Tennessee at a small chapel, and have a reception party at the marina. JT's college baseball coach had a house out there big enough for the wedding party to stay, and there were other houses available for rent along the river, where the water was so green it looked like emeralds.

"I think we have it all figured out," Alex said. "We just need to write our vows?"

"Who is going to perform the ceremony?" Skylar asked.

"Me!" Gabby said. "Certified Marriage Officiant. I have to fill out some paperwork for Tennessee, but I can do it online."

It sounded like it was all coming together.

"Turns out I *am* going to wear a tux," Gabby joked. "Or, maybe some board shorts, I don't know, it's going to be hot."

"Would you be the hostess, Aunt Skylar? And be in charge of the guest book?"

"Of course," Skylar said. "I would be honored."

They ate and laughed and Skylar got to know Layla and Gabby better. They were a sweet couple, complimenting each others' pleasant personalities. She was glad Alex had friends who honored her not drinking anymore, and friends who seemed to want the best for her. Then it came up. Who was going to give Alex away?

Since Curtis's death, Skylar had been wondering what Alex might decide, but nobody had spoken it out loud. They would all feel his loss that day.

Gabby posed the question.

Layla didn't kick her this time, but her smile flattened into disapproval.

"It's okay," Alex said. "I've been thinking about it." She lifted her water glass and took a sip. "I was thinking I would either ask my brother Drew, or maybe my softball coach."

"From high school?" Diane asked, "Dean Banks?"

"Yeah," Alex said. "I mean, he kind of raised me, too. He kept me out of trouble all of those years."

Skylar thought that was a fine idea. "Drew would be happy to, I'm sure," she said. "But whatever you decide will be all right. Go with your gut." Skylar wanted to focus on Alex, but she kept an eye out for José. She expected to see him dancing across the room any second.

"Where are you two planning to live?" Diane asked.

"I think I'm going to keep my apartment in Florida," Alex said. "I love it here. And JT's going to keep the house in Greenview Falls. So maybe we'll be like, snowbirds. We'll stay in Florida for the winter and then be in Ohio during the summer?"

"Getting away from hurricane season," Gabby said. "Smart."

"You're always welcome in Greenview," Alex said. "We should have a guest room." She turned back to her mom. "JT will be on the road a lot for his job, anyway, so I'll have time to write during the day. And maybe I'll still wait tables at night. To keep me social."

When it was time to pay, Diane said, "I'll take the bill, please."

The waitress had a funny look on her face.

"There is no bill. Lunch is on the house today." She gathered their plates from the table.

Gabby said, "That's pretty cool."

José Mateo approached, but instead of dancing, he carried himself like the man in charge.

"How was your lunch? Was everything good?"

Skylar smiled at his glowing face.

Diane answered, "Thank you. Everything was wonderful."

Even Diane was looking at him with a gleam in her eye.

The women all gathered cash from their purses, and left a generous tip on the table.

José Mateo pulled out Skylar's chair for her as they all rose.

"Want me to take your photo?" he asked. "I can get the sombreros."

Alex laughed. "We don't need hats, but we can take a photo."

Skylar handed him her phone. The girls posed for a group photo, and then José held up the camera above he and Skylar, and he snapped a picture of the two of them. She had forgotten to go into the bathroom to check her hair.

She took the phone from him, their fingers touching, and studied the photo. They were older, but they looked like they fit together still. She noticed her own smile.

"Text me the address where I can pick you up?" His eyes lingered in hers.

"I will." Skylar said. A little spark of excitement rose up in her body.

"You promise?" he asked.

"I promise."

He kissed her on the cheek quickly.

"It's nice to meet you, ladies. Come again to visit us at Señor Iguanas."

As they walked away, he tapped Skylar on the back end, so only Vicki saw, and he winked. Playful José was here. In the states. In Orlando. Asking Skylar out.

"Oh my gosh, that's so crazy," Gabby said, as the girls exited the restaurant. "Alex is getting ready to marry her Vacation Boyfriend, and Skylar runs into her *actual* Vacation Boyfriend twenty years later? Really, what *are* the chances."

"Vacation Boyfriend?" Skylar asked.

"That's what I call JT," Gabby said. "That's how he introduced himself when I met him."

"We were just playing around," Alex said. "JT was trying to help me not think about the anniversary of Dad's death."

"Did she tell you about the Facebook post?" Layla asked. "And the drama?"

"I saw it online," Skylar said. "No need to dig up those bad memories."

"That was a hard day," Alex said. "But JT was the only thing that made it bearable."

"It all worked out," Diane said. "Sometimes bad things lead to good things in the end."

Alex smiled at her mom.

Back at the condo, the women helped Skylar get ready for her night out. She'd brought one short black dress.

"No," Gabby said. "Black is boring. Too predictable."

"Predictable?"

"I'm not the fashion police or anything, but why not wear some red, like Taylor Swift?"

Skylar laughed out loud. "You like Taylor Swift?"

"She's ballsy," Gabby said. "Think of it. Guys in your twenties breaking your heart, and you put them on blast, and write songs about them that make you a million dollars? Ballsy and brilliant. Wish I played guitar."

"I don't know why I would have pegged you for a Beyoncé girl," Skylar joked.

Layla chimed in. "She actually likes Metallica and System of a Down."

Gabby shrugged. "I can get down with Beyoncé too, though. The Queen's got pipes."

Diane tended to Skylar's hair.

"I think you should wear it up," she said. "A high ponytail. Fun, but still classy."

Layla and Vicki disappeared and then came back with a red dress from Vicki's closet.

"Red's not really my color," Skylar said. "It makes my face look pink. Brings out all of my blemishes."

"Cool purple then," Gabby said. "Vick, you have anything in cool purple? To match her hair?"

"My hair is showing the gray," Skylar said. "I haven't dyed it in forever." Had she let herself go?

"Your hair is beautiful," Gabby said. "It's got those red and purple tones that make you look like a cougar."

Skylar laughed. "A cougar?"

"Gray is the new blonde," Gabby said.

Layla and Vicki returned with a cool purple short dress, a blue stripe up the side, and a pair of matching heels. It cut low at the chest.

"Oh, I can't wear that," Skylar said. "I don't have a chest like Vicki's."

"You absolutely can," Layla said. "You don't need a chest like Vicki's."

She resolved to try it on.

"Yes!" Layla said when she emerged from the bathroom. "Now, try the shoes."

"I haven't worn heels in years," Skylar said. She sat on the bed. "Alex, this weekend is supposed to be about you. I feel bad I'm going out, instead of spending the night with you all."

Alex said. "Go out. Your outfit needs one more thing, though."

She unclasped the amethyst Skylar had given her the year before, which belonged to her mother, Alex's grandmother Kate. Skylar had told her it was an intuitive stone, and it might make her have vivid dreams.

"It's nice that you're thinking about me." Alex clasped it behind her neck. "We're going to hang around here and wait for a full report of your date. If you come home tonight," she added. "Or, maybe we'll come out and follow you around, so we can have a front row seat to your vacation fling reunification."

Gabby laughed. "Vacation fling reunification. Could get naked."

Layla rolled her eyes.

Skylar did not want to talk about getting naked in front of her niece. She was almost fifty years old.

"We're grown-ups," Gabby said. "We can handle the full details."

"You need to have some fun," Vicki said. "It's been too long since you had any fun. Why don't you let him love you for the night?" She winked.

Skylar shaved her legs in the shower and put on the vanilla lotion again. The brand José Mateo said smelled like cookies. As she put on eyeliner and mascara, her mind drifted to their first date when he'd played Tom Petty and opened all of the doors.

What did dating even look like at almost fifty? So much had

happened over the years, so much loss and so much sadness. More responsibility and less frivolous freedom.

Diane came into the room at fifteen minutes until eight.

"He's going to be here soon."

"I'm nervous." Skylar fastened the strap on one of the heels. "I haven't worn shoes like this since the last time I saw him."

She looked at herself in the mirror above the chest of drawers. The makeup made her eyes pop; they had taken on a purple hue from the dress. She focused on the wrinkles gathered under her chin.

"I'm old now," Skylar said. "What would he even want with me when he could probably date any one of those younger girls who works at the restaurant?"

Diane sat down next to her. "I would be cautious," she said. "What if he's looking for an American to marry so he can get permanent citizenship? What if he's got a wife and kids back in Mexico?"

This rubbed Skylar the wrong way. A pang of anger hit her in the stomach. Part of her wanted to defend him, but the bigger part of her wanted to keep the peace for Alex.

She'd known Diane long enough to know she was cautious about everything, though, so Skylar forgave her without asking for an apology. Maybe it was part of her small-town mentality.

"I could be wrong," Diane said. "Make sure he is who he says he is. But let yourself have fun! It's only one night."

Skylar redirected and decided to let the previous comment go.

"How did you know Steve was the one?" She smoothed the hair up around her high ponytail. "I mean, I'd never fallen for a guy the way I fell for José, but I thought it was probably just silly, romantic idealism. From being on vacation. Mom and Dad had a decent marriage, but, it was a different time then. Women almost *had* to get married to survive."

Diane sighed. "I'm not really the one to seek advice from on relationships. I don't know if there is *a one,*" she said. "For me, it's always been trial and error. For Alex, it seems like JT's always been the one. She just didn't know for so long because she was finding her way. I look up to you, though."

"You look up to me? Why in the world would you look up to me?"

"Sometimes I wish I had the house all to myself, and that everything was quiet and clean, so I could just stay home and read in peace."

The sound of feet coming up the stairs interrupted them and Layla rushed in.

"He's here."

Chapter Twenty-Eight

The three walked down the steps and Gabby whistled. "Looking good, Auntie."

Alex handed Skylar a lightweight black jacket as the doorbell rang.

"It might get chilly later," she said. "Take it just in case."

The girls all gathered in the living room, piled on the couch, and pretended to be watching TV. The television wasn't even on. Vicki giggled and pressed a button on the remote.

Gabby opened the door.

"Hi," José said. He wore a brown long-sleeve surf shirt that said, *Oceanview* over the chest, and a pair of board shorts. Black sandals finished off his outfit.

He looked like a cleaned-up surfer with a professional edge.

"You look amazing," he said. His eyes burned.

She hugged him and took in his scent. "Hi," she said. "Same to you."

"Where you guys going?" Gabby asked. She was perched on the arm of the couch, and Layla sat next to her.

He took Skylar's hand and played with her ring finger.

"I thought we could drive out to the beach. Orlando is cool, but I know this place in New Smyrna on the water. They have bands if we want to dance." At the word 'dance', he clenched his jaw and his mouth curled up into his playful smile.

"New Smyrna is nice," Vicki said. "There are some great little restaurants out there."

"That sounds good," Skylar said. She let his fingers play with hers. Alex and Diane sat on the couch staring at them.

"You want a virgin daiquiri, José?" Gabby asked. "I make a mean virgin daiquiri."

"It's an hour drive to the beach. I don't want to be rude, but if we want to make it before their kitchen closes, we should probably get going."

"We can get going."

Skylar was looking forward to being alone with him.

The warm air wrapped around them. He led her to a white Mercedes convertible with the top down, and opened the door for her.

"This is your car?"

"Company car," he said. "My bosses are good guys."

She settled in and set her purse on the floor next to her heels.

"Wearing heels again," he said. "I can help you walk in them." He winked at her. "This is a nice place to live. Vicki is doing well?"

"She is," Skylar said. "There's an alligator named Dorsey, though. So if you see her, you're supposed to run in a zig-zag pattern."

He laughed. "I will remember that."

She studied him while he settled into the driver's seat, turned on the car, and fiddled with his phone and the radio. His body was softer, just slightly. His hair still black and shiny, slight hints of gray. She fought the urge to look in the sun-visor mirror as he started the car. Diane's words had stunned her, though. What if he had ulterior intentions?

"Your eyes are striking in that dress," he said.

Sade started playing. *By Your Side.* The keyboard intro sounded like a muted trumpet, before Sade's breathy voice began.

"It's our song," she said. "The one we danced to."

"It is on the top of all of my playlists." He backed the car out of the space and they drove through the gated community. "I never stopped thinking about you," he said, and he rested his right hand on the gear shift.

She didn't want to seem too forward, but she didn't know how long they had together.

"I was feeling kind of sad this year on New Year's Day," she said. "And I pulled out my old scrapbook and found the pictures from Cancún that year I met you."

She decided not to say she stared at the photo of them dancing for hours, and ran the whole trip from beginning to end through her memory. Which made her feel young again, and free.

The wind whipped at her hair.

"Did it make you feel less sad?" he asked.

She considered his question. "I don't feel sad now."

"Why were you sad?" he asked. "On a holiday?"

Why was she sad on New Year's Day? She couldn't remember now, only that she always felt more depressed in the winter, and more alone in her one-bedroom house with her cat.

"We can put the top up if you want," he said as they gained speed. "So your hair doesn't blow."

"It's okay," she said. "I like the wind in my face."

The temperature was cooling off, and the sun was getting

closer to the horizon. Traffic around them was congested, but rush hour was long over by now.

"Why were you sad?" he repeated.

"I don't know, politics. I feel powerless. My mom marched and fought for women's rights, even with two little kids, and it seems like the powers-that-be want to see those rights taken away."

The country seemed meaner and more divided than ever. She could see the behavioral changes in her students after parents started giving them cell phones younger and younger. They had more social problems, and were uglier to each other.

Not to mention the school shootings, and the training they had to take now, around what to do for an active shooter.

The police would preface their drills by saying, "It's not *if* this happens here, but *when*."

Greenview Falls was small enough and peaceful, still, the danger always stood on the peripheral. Their school could be next. And maybe the saddest, most concrete things.

"My dad had a long battle with dementia."

"I'm sorry to hear that," he replied.

"He was diagnosed right after I got home from Cancún. He had a long and hard road." She didn't want to get into this, either. How mean and angry he became. How he wouldn't take his medicine. How he stopped remembering her name or her face. How hard it was on her mother.

"And then my mom and my brother died within one year of one another." She sighed and took in the deepest breath she could. "So, other than Alex and Drew," she said. "I'm kind of alone in the world now. Me and my cat."

He smiled, but instead of his whole face lighting up, wrinkles creased across his forehead. "I am sorry," he said.

The Sade song ended and Bob Marley began. It was an

older song, the reggae beats were less produced and the vocals clearer. *Cornerstone,* she thought it was called.

"What's your cat's name?" he asked.

She smiled. "John Mayer."

"Your cat's name is John Mayer?"

"He's handsome and sensitive, and plays his own kind of music. You know about John Mayer?"

He cackled up high in his throat. "Of course, I know about John Mayer. I saw him play at The House of Blues a few years ago."

"My niece turned me onto him years ago. I love a melodious guitar. I used to listen to him while I was painting."

He dropped the sun visor and put on a pair of sunglasses from the console.

"Why didn't you ever get married?"

"I was honestly fine with being on my own."

Because she never met a guy after him who measured up?

"I was too busy for dating, really."

Because she never met a guy after him who was confident and kind and smart and funny and who treated her well?

"It's just recently . . . I don't know. Why didn't you?"

He did a double-take at her face. His eyes were covered by the glasses, but his smile showed some resignation.

"I dated a little. One relationship was pretty serious." José scratched his face and tilted his head back. "She never laughed when she was with me. I was always trying to make her smile, but—" He reached over and touched Skylar's knee. "Maybe I am, like my sister says, too idealistic."

Skylar had wondered, sometimes, about settling for one of those guys from high school who asked her out. Prospects were slim in Greenview, though, and she juggled so much with her family and her dad being sick, she didn't have the bandwidth for a serious partnership.

Men seemed to want more from her than she was willing or able to give. If there was no chemistry there, she was not into forcing things in the name of love. Like that guy who wanted her to just up and move? Her family came first.

Greenview was a small town, too, and she didn't need a reputation. Sleeping around seemed tiring or empty. *We are wired to love and be loved,* Vicki had said way back when.

Skylar had poured all her love into her family and her students.

"There was one guy I thought might get serious. But he wanted me to move away from my family."

Plus, he was boring, and kind of mean.

"What about kids?" she asked. "You never had children?"

"My nieces and nephews are grown," he said. "And they are having kids now."

Skylar thought of their time together. "It was only a week," she said. "We only spent that one week together."

The best week of her life, maybe.

A car cut in front of them and he pushed the brakes. She saw she had hurt his feelings. She wasn't trying to discount their time together, or to discredit the feelings she had for him. She was trying to be realistic. It was so long ago.

The tone of his voice lowered to almost a whisper.

"It was a really fun week," he said. "Didn't you think?"

It was probably the most fun she'd ever had. And he was here now, so why was she so hesitant and resistant? She was doubting all of this, as if it were too good to be true, so she couldn't even enjoy it.

Diane's fear sat on the periphery of her thoughts. Maybe she should be cautious.

"It was," she said.

The sun sat on the horizon as they got closer to the water.

Smells of car exhaust and city transformed into salt air and vegetation.

He pulled into a sandy lot. "Ponce Inlet," he said. "We are here."

The sky turned now to pinks and oranges, and soon would fade into greens, blues, and grays. She wasn't going to let Diane's fear become her own. She was going to enjoy her night with José.

The restaurant was quiet. A band was setting up in a corner. The bartender said hello to José, and they sat on circular barstools and ordered drinks. He ordered a rum and Coke and she ordered a vodka and cranberry. Boats were docked up down below, and across the water, a tall and lanky bird stood in the sand.

He scooted his stool closer, so they were shoulder to shoulder and leg to leg.

"I cannot believe you look the same," he said. "Except for maybe more beautiful."

She didn't feel the same. Or beautiful. She felt older and grayer and wrinklier and chubbier. She liked the way he talked to her, though.

His sunglasses were perched on his head, and she saw the look in his eyes, the playful desire, the sparkling, warm russet tones under the black. Crows feet surrounding the edges of his eyes, his smile etched into his skin.

"Share crab legs with me?" he asked.

"I haven't had crab legs in a long time," she said.

"They're not from Florida," he said. "They fly them in from up north. But they are fun to eat," he said. "And delicious."

He rested his hand on her knee again. Comfortably, as if they were a couple and touched each other all the time. She did feel sexy in this purple dress. Skylar rested her hand on top of his.

"Vicki said she ran into Diego. She went back to Isla a few months ago."

"How is he doing?" José asked. "I have not spoken to him in a while now. He threw me a good going away party."

"He's good," she said. "Vicki said so, anyway. Where did you go? How long have you been here?" She fiddled with her straw.

"I went to Acapulco for a while," he said. "We opened a store there. And then they finally approved my work visa. After I applied for this job."

Skylar didn't want to ask, but she wanted to know.

"How long does a work visa last?"

"One year," he said. "Thank goodness my employer helped me with the paperwork. It's a lot of paperwork."

Their crab legs came, and the bartender gave them metal crackers for the claws.

"There's a right way to do it, isn't there?" she asked. "So all of the meat comes out?"

"There is an art to it," he said. "First, you break the knuckle here." He lifted the large part of the claw and broke it at the joint. "Then you pull." A string of tendon came out with the small end of the leg. He used the miniature fork to slice the thicker part, and then pulled the meat clean out of the shell. "This way you get all of it."

They dipped the claws in butter and reminisced.

"And the look on Tom's face," she remembered, "when we got into your car and drove away." They laughed. "It *was* a fun week," she repeated.

Her heart was awakening again. "I had a really good time with you." She felt him tune into her vulnerability, and her feelings, but he didn't comment on them.

"How is Vicki now?" he asked.

They were staying on the outskirts of things. She was

wondering if she was going to have another vacation fling, this one shorter, which would likely be harder to let go of.

"Better," Skylar said. "She still works in design, and has a steady guy who treats her well."

"Is she married?"

Maybe this is what fifty would be like. Talking about love and past loves, families, and catching up. Explaining your pasts to one another.

"They are actually neighbors. Vicki said they'd both been living on their own for so long, that to move in together would feel too crowded."

"It is good she can afford that," he said. "Her own space."

Skylar liked having her own space too, except for this year, somehow it seemed like too much space. The band began with the song "Southern Cross," by Crosby, Stills and Nash.

"I guess it is not salsa music tonight," he said. "I like this song, though. It is about fate."

When they finished their crab legs he asked, "Do you want to go back to Orlando and find a place to dance?"

"I haven't danced since we were in Cancún," she said. "I might trip all over your feet."

"You have not danced in almost twenty years? What do you want to do? Where do you want to go?"

What did she want to do?

Maybe she wanted to have another drink and stare out at the water a little longer with José Mateo and have his full attention. Maybe she wanted to think about the future. Maybe she wanted to ask him more serious questions, but maybe she didn't.

"Should we have one more drink first?"

"Sure," he said.

"Where do you live?" Skylar asked. "What's it like?"

He wiped his hands with his napkin, and then opened one of the wet wipes to clean them. She followed suit.

"I live in a condo. It is smaller than Vicki's, but we have a pool."

The pungent lemon of the wet wipes tickled her nose.

"We?"

"My neighbors and I."

Skylar heard her phone ping. She pulled it out and read the message. It was from Alex:

"Gabby wants to know how it's going and if you guys are naked yet."

"Sorry, Aunt Skylar. We have the giggles. Hope you're having fun."

Skylar rolled her eyes and put the phone back into her purse.

"We could go out, or we could go back to my condo and sit by the pool. It is in the city, but I have a good view of the sky there," he said.

The second vodka and cranberry almost pushed her over the edge. The pool by the condo sounded nice. Being alone with José Mateo sounded nice.

"We can sit by the pool," she said. "But I didn't bring my suit."

She wouldn't wear a swimming suit now, anyway. What did her legs even look like?

His eyes lit up and his smile stretched from ear to ear.

"I can accommodate that."

She smirked.

"We don't have to get in the water," José said. "It is a nice place to sit."

"Are there alligators there?" she joked.

"I have never seen one," he said. "But this is Florida."

She realized she hadn't asked about his family.

"I didn't even ask about your parents. How are they? And your sister?"

He nodded. "My sister is good. She still works at Iguana's. I tried to get her to transfer here, but it is too much for her to leave the kids and grandkids. Our dad had cancer," he said. "But he wasn't sick for too long. He didn't want to do treatments, and his last days were painful."

"That's so hard," Skylar said.

"My dog Junior passed three weeks after my father. But my mother says that death is not the end. It is only a transition to the next adventure. Sometimes it is hard to remember."

He rubbed his hands across his eyes. "My mom finally moved out to Isla, to a smaller house, and works part time. She doesn't have to work, but she says it keeps her young." He grinned.

"I am sorry to hear about your dad," Skylar said.

"Thank you. This is getting older, I guess."

He asked the bartender for the bill.

"Do you get back home often?"

When the bartender laid the ticket down in front of them, Skylar tried to reach for her wallet.

"Please," he said. "Let me treat you."

She put her hands on her knees.

"I am hoping to go next year for a visit. Maybe you could go with me." He pulled out a pack of *Canel's,* handed her a square of red gum, and put a piece in his own mouth, swirling it around with his tongue.

"I don't know," she said. "I don't really travel anymore."

He clenched his jaw. "Why so?"

"Don't you ever watch the news?" she asked. "The world keeps getting scarier and scarier."

"We are not built to carry all of the bad news of the world.

There are good people everywhere you go," he said. "Good people always find their people."

The drive to José's condo was quiet. He turned up the music and she wondered what she was doing, and what exactly, she wanted from all of this. He was kind. He was fun. He'd never gotten married or had kids, and neither had she, but Orlando was quite a ways away. She wasn't ready or qualified to retire, and he probably couldn't leave his job in Orlando. So what was she doing?

Chapter Twenty-Nine

The condo was smaller than Vicki's, and only had two stories. His was on the first floor. Number 74. A green tropical plant sat by his mauve front door and the porch light was on.

He opened the door and let her go in first. It smelled like Pine Sol. The living room and kitchen were separated by a gray kitchen island and the sliding glass door had a thin, white curtain hanging down in front of it. The couch was a fluffy maroon.

She unstrapped her heels, and placed them on the brown rug.

"Can I get you something to drink?"

She was surprised at how clean he was for a guy. There wasn't even a dish in the sink.

"I have water and white wine."

As much as she wanted a glass of wine, she was done drinking for the night. Two had been enough.

"I'll have some water, thank you." He handed her a glass and poured one of his own.

"Would you like the grand tour?"

He led her down the hallway and flipped on the light. "The bathroom is here," he said and pointed. "Bedroom is that way. And my office is here."

There was a large leather black chair, and a cherrywood desk with a computer. Three shelves of books.

"Can I look at your books?" she asked.

You could tell a lot about a person by what books they read, and what books they kept for their shelves instead of discarded.

The Four Agreements stood out, as well as *The People's History of the United States*. She had read that one in college. Some training manuals labelled *Señor Iguanas,* and one that surprised her, *The Compleat Astrologer,* a book that her mom had given her.

"You have an astrology book?" she asked. "I have this one. It's really old, a collectible. I think the spelling is Old English or Latin."

"My sister Carmen is very into astrology," he said. "She gave me that for my birthday one year."

"Did you read it?" she asked.

"I read some of it, but it is very complex," he laughed. "Everything about being a Pisces is correct though, at least, what I have read."

"I'm a Pisces, too," she said. "The book *is* pretty complex. There are some cool historical photos in there, if I remember right. It's interesting."

"Really?" It hadn't come up between them before. "When is your birthday?"

"March tenth," Skylar said.

José's eyes brightened. "You were born the day after I came into the world. Mine is March ninth."

Skylar took in the moment. "I paint the stars and constellations sometimes, but I don't know all of the legends," she said.

"Or what it all means. I'm sensitive, though, toward other people's feelings."

"The Greek myths say Aphrodite and Eros turned into fish to escape danger, and tied their tails together so they wouldn't lose each other in the ocean."

Skylar smiled. "And they put them in the sky to remember."

"I would like to see your paintings," he said.

"I haven't painted in a while."

"Why not?"

"I don't know. I guess I've been doing other things. Teaching."

"They say Pisces are intuitive and wise, but I also have intense feelings I cannot make sense of sometimes. Or sometimes, I just know things, but I don't know why I know them. Like," he said, "I always knew I would see you again."

She adjusted her purse around her neck. His confidence was enamoring.

"My mom ran my chart once, way back when. I think she said I had a moon in Aries?" She hadn't thought she'd ever see him again.

"Aries's fiery nature should counterbalance your intuitive sensitivity. Do you remember your dreams?" he asked.

"Sometimes. Unless I'm worried about something." In her family, Alex had the most intense and memorable dreams. Alex had dreamed about Curtis more than once, as if they were visitations. "Alex is an Aries," Skylar said, "but she has pretty intense dreams."

"I dreamt of you over the years," he said.

"You did?" She studied his eyes. Honesty and kindness.

"Sometimes we were dancing, and sometimes we were out by the beach." He put his hands on her waist. "One time I had a dream that you were crying, and I couldn't get to you. I was stuck in an elevator and the doors wouldn't close. You were down below, and I could see you, but the elevator wouldn't move, and there were no stairs."

"When was that?" she asked.

"A long time ago," he said. "I wouldn't even know what year it was. Do you want to have dessert?"

"What do you mean dessert?"

He stepped forward and kissed her for the first time, his lips soft and gentle, the cinnamon flavor. Sweet.

"I made a cheesecake," he said and laughed.

"You what?" she asked.

He grabbed her hand and led her back down the hallway.

"I made a cheesecake for us." He gestured for her to sit on the barstool. She sat down and hung her toes over the bottom rung while he opened the refrigerator.

"In my training," he said as he pulled out a pie-shaped dish, "I learned all of the jobs, top to bottom. I worked on the line, and they taught me how to make a cheesecake, Señor Iguana style."

Why was she surprised? He pulled out a bowl of blueberries from the fridge and cut at the cheesecake with a butter knife.

"How about some coffee?" he asked. Before she answered, he pulled a bag from the cabinet and scooped some into a filter. "Did you open that bookstore?"

"What?" She didn't know what he was talking about.

"In Cancún," he said. "You said you wanted to open a bookstore, so your students had somewhere to go after school to be safe and to learn about the world."

How had he remembered that?

"No, I actually forgot about that."

Was that what she was missing? Had she given up her goals somehow and even forgotten about them?

"You were going to have art classes, and teach the merengue." He smiled and handed her a slice of cheesecake just as the coffee finished gurgling.

"Do you take cream?" he asked. "Or, I have oat milk."

"Oat milk," she said. "Thanks."

"What do you think?" he asked, as she took her first bite. "How did I do?"

The taste was divine. It practically melted in her mouth. "It's lovely. It's not too sweet, like usual cheesecake."

"White chocolate," he said. "Whipped, with half the sugar. Secret recipe. Don't tell." He sat down next to her.

"What do you want out of your future?" he asked. "What are your goals now?"

She took another bite, and sipped from her cup. She'd had so many big goals as a young person, and now she mostly looked forward to retiring. Maybe she'd paint more, and maybe she'd read.

"I'm looking forward to Alex's wedding. Her JT is a good guy, and they've been friends for years."

His tongue lingered on his fork, and he tilted his head.

"But what about you, Cielo? What do you want for *your* future?"

Had she been wrapped up in her family for so long that she'd forgotten to plan things for herself? So far into grief and loneliness that she'd stopped looking forward to anything?

"I'm not sure," she said. "I don't really look ahead too much anymore, I guess."

The future never turned out the way she thought it would, so she'd stopped making plans. "What about you?" she asked. "Did you travel? Go see the temples and churches like you wanted?"

"I reached my career goals. I finished school, got the job I wanted, and moved to the states. The only thing missing now is someone to share it with." He set down his fork and put his hand on her leg. "I couldn't find anyone else who I wanted to travel with, and I didn't want to go alone."

A boldness rose up in her, and she set down her fork and kissed him. The kiss started slow, and turned into a crescendo.

He rotated his legs so she fit in between his knees, and she pressed her body against him. Then he guided her up from the chair, the tile cool on her feet, and she smoothed her hands over his hair. He moved her ponytail from her shoulder to over her back.

He smiled. "How about an easier question. What do you want for now?"

He held his tongue between his front teeth and his jaw clenched as he waited for her to answer. He kissed her again. He tasted like coffee and cheesecake, with spice.

She moved her fingers to the bottom of his shirt, and began to lift it over his head. He held his arms up as she pulled it all the way up and then tossed it over the back of the couch. His chest was still strong and lean, only softer.

The ankh tattoo in Rastafari colors had faded, but it was still there. She traced it with her fingertips, then touched the Saint Christopher coin hanging from his neck. He wrapped his arms around her then and rubbed his hands all down her back, holding her against him. He kissed her ear and it sent tingles down her legs.

"That is an easier question," she whispered. "I want to dance with you."

José breathed hard, then stepped away from her. He moved to the other side of the couch and turned on the radio. He pushed a few buttons, and settled on a slow jams station. Then he pulled the white curtain, slid open the sliding glass door, and gestured for her to follow him. The air was cool for Florida, but it wasn't cold.

Outside, the moon glimmered on the swimming pool, and the lights beneath it glowed almost neon. The pool was enclosed by palm trees and various plants curled up next to a fence. He took her hands and placed them over his shoulders, then held her back, pressing her close. They moved their feet to the music, bare feet on the concrete.

"I haven't felt like this since Cancún," she admitted.

"How do you feel?" he asked. His eyes were sultry now, and he tilted his head back and stared at her, his tongue on the roof of his mouth behind his lips.

She searched for words.

Enchanted. Mesmerized. Charmed. And felt her lips curl up on both sides while he watched her.

Seductive? She giggled. None of the words would escape her lips.

José grinned. "I haven't either," he said, and twirled her around. He brought his mouth down on hers, warm and sweet.

"Let me love you for more than a week," he said. "Let's go see the world together."

He tugged at the bottom of her dress and then unzipped the back zipper slowly. She let him take it off, sliding each sleeve off her shoulder, and it fell to the ground. When she became aware of her stretch marks, the cellulite on her thighs, he grabbed them.

"You're perfect. You're even more beautiful now."

She pointed to the door next to his. "What about your neighbors?"

"They are up north. Nobody uses the pool but me." The heat of his hands on her skin. "The pool is warm. Do you want to get in?"

When her dress was laid gently on a chair, he tugged at her white lace panties, while she unbuckled his shorts and slid them off to his boxers.

He stepped in first, and then held her hand while she stepped down the three steps into the glowing water. The water felt like a warm bath. As soon as she was in, he ducked his head under and stayed shoulder deep while she wrapped her ponytail into a bun.

The light sparkled on his dark, wet hair like glass.

As an afterthought, she unclasped the amethyst necklace and set it gently on his shorts.

José pulled her into him and kissed her again. Their bodies glowed like silhouetted shadows in the clear water, and she was drawn to the heat of him.

They danced in the water now, his compassionate eyes on fire.

She looked up at the stars above the trees as he scooped her legs around his waist and held her from behind, her weight in his hands. The constellations glistened above them, and she closed her eyes and let him love her.

Chapter Thirty

José carried Skylar to his bedroom, and offered her a pair of his sweatpants and a sweatshirt. They slept cuddled against one another on down pillows, and when the sunrise crept in through the window, she was spooned with her back to him, his head resting on her shoulder in deep sleep.

She tried not to wake him as she made her way to the bathroom. She rinsed the remaining makeup from her face, swished some mouthwash around in her mouth, and then crawled back into bed.

She watched him sleep, his expression young and innocent, sweet and childlike. He woke up as she settled back in under his arms. She wanted to stay here all day, but she couldn't.

"Good morning," he said. He turned to the alarm clock and then turned back to her. "That was the best dance I've had since I saw you last."

It was nice to wake up to someone. It was nice to wake up next to José. She needed to get back to Alex and the girls, though.

Reality settled into her mind.

"It was fun," she said. "But I probably need to get back."

He took in a deep breath and rolled over, then turned back around and kissed her. "Can I see you tonight?"

She and Diane were leaving tomorrow morning.

"We're leaving early tomorrow," Skylar said. "I'm supposed to be hanging out with Alex and her friends for her bachelorette, and then I have to get back to work. To my students."

He played with the end of her ponytail. "Do you always do what you are supposed to do?" he asked. "Or, sometimes, do you do what you want to do?"

"What do you mean?"

She pulled back. Untangled herself from the comforter, and stood up. She needed to get dressed and make her way back.

"I mean," he said. "You are dutiful and loyal to your friends, and family, and that is good. I mean, when was the last time you did something for you? Without worrying about everybody else?"

"I do things for me all of the time."

Her irritation clashed against his playful smile.

"A beautiful woman who has not been dancing in twenty years?"

She didn't *need* to dance. She liked to.

"My dancing is none of your business."

Skylar heard the ridiculousness of the sentence as it came out of her mouth, but he had struck a chord, one she didn't like. She started taking his sweatshirt off. Then the sweatpants.

"I do things I want to do all of the time," she said.

She was not actually self-conscious about her body right now; he had made her feel like a goddess last night, and she was quite comfortable in her skin, her muscles slightly sore. She stood in her lace panties and bra with her arms crossed.

"Yeah?" he asked. He still smirked at her as if her irritation was humorous.

"It was not my intention to make you angry," he said. "But maybe it is time to live for you. Maybe it is time to do what Skylar wants to do for a while."

"Like what? I always live for me." She scanned the room for her dress. It was carefully folded on his chestnut dresser.

"I mean, like, if you were concerned about women's rights, for instance, then maybe you could get involved somehow—if that is something you are passionate about. Have you been to a women's march?"

Dutiful, that word echoed through her brain. What's-his-name had said that. The Omaha guy.

"I mean," José said. "Why don't you paint anymore?"

This was too much, too personal. She wasn't used to letting people in.

"Do you only ever look out for yourself, José?"

He tightened his lips.

She continued, "You left your family and your friends behind and came to the states. That's great," she said. "Not everybody can just up and leave their family at a moment's notice."

He put his tongue at the roof of his mouth, and then licked his lips.

"I am not asking you to leave your family," he said. "I was only asking if I could see you tonight."

He sat up and opened his arms. "Come here," he said.

She picked up her dress and pulled it on.

"Hey, hey," he said. "Please don't be angry. I'm sorry. He stood up and ran his hands down her arms, then pulled her into a hug.

"I have been waiting for twenty years to see you. Let me

take you out one more time. Before you can disappear on me again. Can I just see you tonight?"

"I have to check and see what Alex and the girls are doing," she said.

Chapter Thirty-One

Skylar reflected on her reaction in the bedroom as they drank some coffee in silence, before they climbed into the Mercedes and rode back to Vicki's condo. She didn't ask him to, but he walked her to the door, and kissed her before she opened it.

Gabby answered the door while his hands were still perched on her waist. Skylar thought he was just about to say something.

"Hey, you two," she said. "How'd your date go?" She pointed at an Apple watch on her wrist.

Skylar's defenses lowered. "Hey, Gabby."

Gabby pulled at the bottom of her mesh shorts. "Come on in," she said, and opened the door wide. "Vicki made breakfast casserole."

All of the women were in the living room and kitchen, which smelled of a fresh morning diner.

Vicki said, "Hey, welcome." She poured them both orange juice in wine glasses. "Help yourself. Eggs, sausage, bacon, potatoes, a little bit of rosemary, and vegan cheese."

"The vegan cheese isn't bad," Gabby said. "You wouldn't even know it wasn't from a real heifer."

Layla and Diane sat at the table nibbling at food on their plates, and Alex sat in the chair staring at her phone.

José's eyes landed on Skylar's painting on the wall.

"Is that one of yours?" he asked.

She smiled shyly. "It is."

"It looks like Isla Mujeres at night. It is even glowing."

The remnants of her anger dissolved.

"I used some glow in the dark paint on that one. It's fun to paint the stars," she said.

"JT is coming to Orlando," Alex said. "He finished the paperwork and says that he misses me. We're picking him up at the airport in two hours."

"That's great," Skylar said. She took the amethyst from her neck, and placed it back around Alex's. "This is yours. Thank you for letting me borrow it."

Skylar hadn't spent much time with JT as an adult, outside of running into him at her brother's shows. But he'd always been around when Alex was young, since they'd been best friends all through school.

He was a nice kid, and had grown into a nice-looking adult.

"I am excited to meet the groom to be," José said. "He must be a lucky guy."

José touched Skylar's back as they filled their plates in the kitchen.

"Make yourself at home, José," Vicki said.

"Do you live close, Romeo?" Gabby asked.

José squinted his eyes at her.

"She's trying out nicknames," Layla said. "It might take her a minute to choose one."

He continued to fill his plate. "About fifteen minutes away. In Sunset Villages."

"I can't believe we're neighbors," Vicki said. "It's so nice to know you're around."

"Speaking of neighbors," Gabby asked, "when are we going to meet your guy, Vicki? Doesn't he live next door?"

Vicki sat down at the table with the rest of them. Alex set her phone down, and finally joined them with a plate at the table.

"Richie is traveling this weekend for work. He'll be back on Monday."

"What does he do for work?" José asked.

"He's a software engineer," she said. "He works on computers for electric cars."

"Smart," Gabby said. "In demand right now for sure."

"He travels a lot and works long hours, but we usually spend Sundays together."

"Will he be able to come to the wedding?" Alex asked.

"I think so," Vicki said. "I asked him to take some vacation time, but he'll probably have to hide away with his computer."

Skylar noticed Alex's anxiety for the first time. Wedding planning might overwhelm her with all of the details and choices and decisions.

"What about you, Romeo?" Gabby said. "Tell us your story."

"Not much to tell. I grew up in Merida, and started working in Cancún in my twenties. My family followed me there. I met Skylar while I was going to university. And Vicki. I tried to keep in touch with Skylar, but we lost touch. When I graduated, they moved me to general manager, then to district manager, and then they asked me to help them open this store in Orlando. I am grateful for your bachelorette party, for bringing her to find me."

"You have a wife and kids back in Mexico?" Gabby asked.

Layla glared at her. Skylar eyed Diane, who picked up her orange juice glass.

"What?" Gabby said. "Somebody has to ask."

José didn't seem insulted at this. He smiled his broad smile.

"I do not. I only ever wanted to marry this girl I met from Los Estados Unidos. She was in Cancún looking for a vacation fling, and I had been looking for her for years."

"I was not looking for a vacation fling." Skylar shook her head at his joke. "Vicki talked me into going out with him."

"I knew it was her," he said. "She was different. Radiant. It took all of my courage to ask her to dance with me. I asked our DJ to play the sweetest, sexiest song he had on his playlist."

Skylar couldn't believe she had been angry with him at all this morning. She smiled. "Sade."

"Then I found out she could speak Spanish, and she could dance. She loves to dance," he said. "And she is pretty good."

"Okay, Romeo," Gabby said. "You pass the test."

After breakfast, Alex, Gabby, and Layla went down by the pool, Vicki and Diane tidied up the kitchen, and Skylar wanted to take a nap.

José said, "I have some things to take care of at the restaurant." He asked again, "Can I please see you tonight?"

"I'm not sure what everyone else will want to do," Skylar said. "They're picking JT up at the airport, and then I'm not sure of the plan after that."

"Then call me?" he said. "Or come to the restaurant?"

They walked out to the front step. He kissed her hard and long and she let her longing turn into trust and she didn't want this to be their last goodbye, but for some reason, she couldn't see a future with him.

"I don't want to lose you again," he said. "So tell me what to do."

"I don't know, José? How will we be able to stay together? I live a thousand miles away. Long distance relationships don't even work in the movies."

"We are not in the movies," he said. "We are in our real lives, right now, and we get to choose what happens next. We get to choose what we do with our futures."

"How do we do this?" she asked. "How do we stay together, then?"

"Come and see me tonight," he asked. "We have tonight. Bring everyone. We can do whatever you want."

She tried to picture it all, and she couldn't.

"Just one more night," he said. "And we can figure the rest out together."

She watched him walk to his car, and felt like running after him. He turned to her before he opened the door and clutched his Saint Christopher coin, then he tilted his head and put his sunglasses over his eyes.

Chapter Thirty-Two

On the way to the airport, Skylar rode in the backseat next to Alex while Gabby drove her truck and Layla sat in the passenger seat looking at her phone. The windows of the truck were cracked, so the warm air flowed in.

"You and José are so cute," Layla said. "Really, it's like a chapter out of a Nicholas Sparks book."

"Are you going to keep in touch with him, Aunt Skylar?" Alex asked. "This time?"

Skylar sighed. "I feel a little old to be having these feelings. Love and romance are for young people."

"Romance is for everyone," Gabby said. "When I get older, Layla better still be opening doors for me and paying for my meal." She smiled and reached over the console to hold Layla's hand. "Or else I'm going to find someone who appreciates Metallica more."

Skylar laughed. "I'm a little old to be feeling hopeful about a guy."

Alex said, "Aunt Skylar, I know you're an independent

217

woman, and you probably don't need a man in your life for anything, but wouldn't it be nice to have a man in your life?"

"Or woman," Gabby said, and winked at them in the rearview mirror.

Alex continued, "Like, one who you have history with? Like, one who really loves you? You don't want to grow old by yourself do you?"

Ouch. If it weren't Alex saying this, Skylar might be upset.

"Nana Kate would want you to have someone to lean on, wouldn't she?" Alex adjusted the amethyst around her neck.

"Plus," Layla said. "He's kind of hot for an old dude. Wouldn't hurt to have some eye candy on your arm."

Skylar laughed. "What would that even look like? Do you think José Mateo would fit in, in Greenview?"

"Why wouldn't José Mateo fit in, in Greenview?" Alex asked.

"And who cares?" Gabby said.

"I don't know," Skylar said. "He's a city guy. A beach guy. He's used to lively vacation towns. And Greenview is a sleepy, Midwest place. Everything closes at six o'clock. I wonder if he'd feel trapped there, somehow. If I asked him to leave Florida, and come to stay with me in Ohio."

"José strikes me as the kind of guy who could fit in anywhere," Layla said. "He's really charming. Sweet and sensitive, and the way he looks at you with those dark eyes? I don't think he's gonna care where you decide to live, but I do think he's gonna care if you decide to live without him."

"Love and marriage are long past me," Skylar said. "I'm on my own now, and I kind of like it that way. Nobody tells me where to go or what to do, and I have my time at home to paint and to read."

She'd prided herself on showing Alex that a woman could

live on her own, work on her own, and own her own things, without needing a man.

Still, she had this feeling she couldn't shake. That if she didn't keep in touch with José this time, she would never feel like this again.

"Don't you get lonely sometimes?" Alex asked.

Skylar did, indeed feel like something was missing in her life this year.

"You don't have to get married to be in love," Gabby said. "In fact, you can shack up with whoever you want now."

"Or," Layla said, "You don't have to shack up. Like Vicki and Rich. You can decide to be together without the hurrah of marriage and commitment and sharing bank accounts." She squeezed Gabby's hand. "I love you," she said to Gabby, "But I am never giving you access to my checking account."

Gabby laughed. "Why not?"

"I've seen your Amazon wish list," Layla said. "I'm not paying for limited-edition Metallica albums."

Gabby's laugh turned into a chuckle. "Those are investments," she said. "Collector's items you can sell when I'm dead."

"I didn't answer JT right away," Alex said. "When he asked me to marry him in the hotel at the sand dance."

"Why not?" Skylar asked.

She wasn't surprised, with Alex's history with men. But she was curious.

"I don't want to be someone's maid, or someone's less-than, or someone's beta to their alpha," Alex said. "I told him I'm not the kind of girl who's going to cook and clean and be barefoot and pregnant and have dinner every night at five." Alex smiled. "I always wanted to be a writer, and maybe open a bookstore. I always wanted to have a career, and that is my top priority. Having him around will be an added bonus. If he had those kinds of expectations for me, like I was going to be some kind of silent, stay-at-home housewife, I know myself enough to know that I would feel trapped, and want to run away. But, he knows me. He knows I'm compulsive and free-spirited and creative."

"He's good stability for you," Layla said. "The yin to your yang."

"Maybe he likes to cook or clean," Gabby said. "That would be an added bonus."

Nana Kate had always told them to talk about expectations with their partners. The unspoken rules about marriage, she'd said, would come back and bite you if you didn't lay out some boundaries.

Kate had been truly ahead of her time. Skylar thought about this as they pulled up to the airport.

"I always wanted to open a bookstore, too," Skylar said. José had reminded her. "Maybe it runs in the family."

JT stood waving with his suitcase next to the curb. Gabby parked the truck and Alex swung open her door and ran around to embrace him. He lifted the ball cap off his head as she laid a big kiss on his mouth and then hugged him.

He said hello to the girls and lifted his bag into the back of the truck, then climbed into the back seat next to Alex.

"Thanks for picking me up," he said.

"No problem, Vacation Boyfriend," Gabby said. "Where to?"

"Let's go back to Vicki's and put his stuff at the condo?" Alex said. "And then we can make a game plan for tonight."

"How was dress shopping?" JT asked. "And how was brunch?"

Skylar had to remember that this weekend was about Alex. Not about her, and not about José. But she couldn't stop thinking about José. What he'd said to her about the future. About doing things for herself instead of for everybody else.

About getting to choose. About their having one more night together, again.

Maybe it didn't have to be this way. Maybe it didn't have to be their last night together this time.

"I found my dress at a surf shop, after four different stores with those ridiculous huge white things. I don't know how people wear that princess stuff," Alex said.

"Her dress is simple and elegant, just like Alex," Skylar said.

"We went to Seňor Iguana's and you'll never believe this, but Aunt Skylar knows the guy who runs the place, from twenty years ago."

"That touristy place?" JT asked. "There's one in Orlando?"

"Yeah," Alex said.

"Cool," JT said. "We should go. They have some of the best wings I've ever had."

"You've been there?" Skylar asked.

"There's one in Acapulco. We used to go there when we were kids. My parents loved those frozen drinks."

JT didn't ask how Skylar knew José from years back. But Gabby piped up.

"Check this out, Vacation Boyfriend. The story is, this dude José Mateo fell in love with Skylar while she was there, and took her out on a date dancing in Isla Mujeres. He tried to keep in touch with her with postcards, but they lost touch."

Layla turned to JT from the front seat and continued with the story. "So he worked himself up through management, and came to the states to find her. Then yesterday, we answered his prayers when we came straggling in hot and tired from dress shopping in our pink tie-dyed bridesmaids outfits."

"You kids," Skylar said. "I am too old for love and romance. And anyway, all of that was twenty years ago, when José and I were young. Things are different now."

"What's different?" JT asked. "Except for his job?"

"What do you mean?" Skylar asked.

Everything was different.

"I mean," JT said. "I'm not trying to sound idealistic, or anything, but I fell in love with Alex when I was fifteen. We were laying on the hammock and she was getting ready to go off to college, and I thought, *this is the girl. Forever.* This is the girl I want to laugh with and talk to and stare at over the dinner table."

Skylar watched him turn confident as Alex's eyes gleamed.

"So, but, like, it didn't work out right away, you know. Life. She had some things to do and I had some things to learn. But," he cleared his throat. "Love doesn't just go away. It's like the scientists say, love is energy, never created or destroyed." He laughed at his own words. "If he loved you then, he loves you now. I know you're older than us," he said. "But you're not too old for love. You're never too old for love."

"Nice speech, Vacation Boyfriend," Gabby said, and turned over her shoulder to give him an awkward high five.

"Yeah, Aunt Skylar." Alex said. "What do you have to lose?"

Skylar shook her head and stared out of the window at the traffic rolling by. She couldn't begin to explain herself and her feelings to them.

Was she going to take advice from people so much younger than her? They were her family now, though. They were her only family now.

"What if I invite him to the wedding?" Alex asked. "Or do you want to? At least you'll get to see him again."

"I can't wait to meet him," JT said.

Chapter Thirty-Three

Skylar wore her black dress tonight, and her hair down. She and Diane got ready together, and the other women bopped around in the living room with JT, waiting for them to finish.

They all piled into Diane's minivan and drove to City-Walk, Orlando, destination Seňor Iguana's. Skylar texted José when they were on their way.

"We are coming to the restaurant," she wrote. "Alex's JT loves the wings there."

He replied with a heart emoji and then said, "I will get a table ready . . . how many?"

"Seven," she wrote.

"I have something for you," he said.

The sun hadn't quite set yet when they arrived at the garage. Skylar wore flat sandals tonight, not wanting to mess with fumbling around in her heels.

Gabby and Layla held hands in front of the group, and JT and Alex held hands behind them. Diane, Vicki and Skylar walked behind.

Pride for Alex welled up in Skylar's heart. She was proud of Alex's sobriety, her growth, and of her making the decision to stay with JT. Skylar knew JT only had good intentions for her. The best of intentions.

José met them at the door.

"Hi," he said. "We have a table ready for you."

"What's up, Romeo," Gabby said.

José smiled his huge smile and kissed Skylar on the lips. Skylar's whole body lit up with emotion at his energy. She introduced him to JT.

"What's up, man?" JT said. "I've heard a little bit about you."

"Nice to meet you," José said. "Same. Welcome. Follow me."

They followed José to the table they sat at the day before, and settled in.

A group of young women came in behind them, and sat at an adjacent table. "Ana will be with you in a minute," he said, and moved to greet the others.

Skylar was torn between wanting to be alone with him, and wanting to enjoy her time with her family and friends.

Maybe she could spend one more night with him. Maybe she could entertain these feelings she was having. Maybe this could be something more than a fling.

Maybe she didn't have to be alone for the rest of her life.

The same waitress from the other day brought them waters, and JT ordered wings. Salsa music played over the speakers, and the restaurant felt lively and fun. Skylar felt like a tourist again, amidst a bunch of tourists. Some of the wait staff brought out sombreros, and went from table to table taking pictures.

José came back over, pulled a chair next to Skylar, and sat down.

"When is the big day?" he asked JT and Alex.

"July!" Alex said. "We're getting married at a lake house in Tennessee, where we had our first vacation together."

"Our Aunt Skylar here needs a date to the wedding," Gabby said. "You want to be her date, Romeo?"

José smiled. "I will go with her anywhere for anything. I would be honored to be her date."

"It's settled then," Gabby said. "Skylar, you have your plus-one."

Skylar really didn't need the girls speaking for her. "Do you want to be my date for Alex and JT's wedding?" she asked José.

He put his hand on top of hers. "I want to be your date for everything," he said.

Layla said, "You two are so cute!"

Diane took a sip of her water.

"Cheers," JT said, holding up his soda.

Ana brought out a green bottle and some champagne flutes, and began passing them out to them.

"Oh, no," Skylar said. "We aren't drinking. I mean, the bride doesn't drink."

"It's okay," Alex said. "I can pass."

José said, "It is not champagne. It is sparkling juice."

Ana presented the bottle to Skylar. "Sparkling apple juice," she said.

"Oh, okay," Skylar said.

When Ana poured the end of the bottle, Skylar noticed the funny look on her face again, as if she were perturbed. Maybe they were being annoying; Skylar made a point to thank her every time she came to the table, and used her name.

"Thank you, Ana."

As they ate and talked and laughed, Skylar had the feeling that maybe she wasn't alone in the world after all. Maybe the idea of family was different now. Her parents and her brother were missing, but there were things to celebrate. Being together with family and friends. Having something to look forward to in the future.

When they were finished with dinner, José came back over to the table.

"I have something for you," he said. "But you have to hang out with me after work to get it."

Gabby pretended like she wasn't listening, but she answered for Skylar.

"Yes, José. Skylar wants to hang out with you after dinner."

"I can pick you up in the morning," Diane said. "If you need me to."

Even Diane was encouraging her now.

"Okay," Skylar said. "Whatever you want, José."

"She said it!" he said. "You all are here and witnessing Mi Novia de Los Estados Unidos telling me she will do whatever I want," he joked. "I want you to marry me, Skylar Ward, named after the sky."

There was an abrupt moment of quiet, as if the whole restaurant stopped talking at the same time.

The others waited. Skylar felt their eyes on her. She locked eyes with Vicki, who had her lips pressed together and her eyebrows crinkled.

He knelt down and held her hands in his.

"I want to marry you," he said. "Travel the world with me. I will love you forever and even after."

Skylar was speechless. She had not seen this coming. Her confusion and bewilderment must have been written across her face.

Diane's hands, having been folded in her lap, unclasped, and she touched Skylar on the leg.

Skylar studied his eyes, the gentle sincerity, the desire burning behind them. In her silence, he continued.

"I will vow to make you laugh and dance until the day I die."

Someone had cued up their song. Sade began to sing in her breathy voice through the restaurant.

He lifted her to her feet and guided her body close to his, turning slightly and swaying.

"Be my wife," he said. "Please? I do not want to be away from you for one more night."

Skylar put her head on his shoulder, and she didn't mean to, but she began to cry.

"We can be each others' family. We don't have to be alone anymore," he whispered.

"She didn't answer him," Gabby said. "You Ward girls *really are* something else."

"Okay," Skylar said, dabbing her eyes with her hand. "Yes."

"She said yes!" he yelled out over the restaurant.

Gabby began to clap and cheer. The whole place applauded and whistled.

Alex and JT stood up and hugged them, then started dancing to their song. Gabby and Layla joined. Ana came to the table with another bottle.

"Customers have sent over this bottle," she said loudly, shrugging. "It is real champagne."

Diane took it from her and said thank you.

"We are getting married!" José said again. "I love you," he said to Skylar.

"I love you," Skylar said.

She didn't know why she was perturbed at him now, or why she was crying, or how she could be so elated and so sad simultaneously.

He guided their familiar dance as the restaurant clapped and cheered for them, and she tried to understand where all of these complicated feelings were coming from, and why she wasn't feeling pure excitement and anticipation.

Tom Petty's *Wildflowers* played, and then Bob Marley's *No Woman, No Cry*. She hardly said a word, but took refuge in his touch and his scent. He was everything she ever dreamed of when she was young, but something didn't feel right.

He wiped her tears and brushed the back of his hands across her lips, asking her silently what was wrong, but she couldn't articulate.

After congratulations from everyone in the restaurant, the song switched to *I Gotta Feelin'* by the Black Eyed Peas, and half the restaurant stood up and started to dance.

Chapter Thirty-Four

Later at José's condo, she waited for him on the couch and tried to process her feelings while he showered. Why wasn't she excited? Why didn't it feel like everything was finally falling into place?

When he was finished, he came out in black baggy pants and no shirt, and sat down next to her. A musky aftershave covered him, and he dried his hair with a towel.

"Why are you sad?" he asked. "What is wrong?"

"How do you know I am sad?" She folded her hands in her lap.

"I'm a Pisces," he said. "I can feel what you are feeling."

"I am a little overwhelmed, I guess. Maybe it's normal."

"I have something for you," he said. "Maybe it will cheer you up."

He went into the bedroom and emerged with a card. She sat on the couch, and he knelt down on the rug in front of her.

"What's this?" she asked.

"It is the last postcard I was going to send. Over the Gulf of Mexico."

José made the airplane gesture with his arm.

He wiped his hands on his pants, and then put his tongue on the roof of his mouth. "I didn't send it because I was afraid you had moved on."

With his weight balanced on one knee, he handed the post-card to her. She turned the delicate paper over. It was dated *January,* 2002. A hole was punched in the corner of the card, and attached with a thin leather string was a small silver ring.

The front of the postcard read, "I am here without you," and had an arrow pointing to the hotel zone on a map. The third postcard he'd bought with her on Hidalgo Street all those years ago.

On the back was faded pen.

Cielo, Please write back. I am sad and losing hope. I want to build a future with you. Come back to Cancún and marry me.

Skylar held the ring with her fingertips. A white shell with a spiral pattern swirled inside was set in a circle of silver.

"I didn't know if it would get to you," he said. "I didn't know if you would write back."

"It's beautiful," she said. "A conch shell?"

"My mother says the conch shell builds sacred spiritual connection." He held space and watched her face. "Do you like it?"

"I love it," she said.

"Try it on," he said. "It has been waiting to find you all these years."

She untied the leather string. The silver was tarnished, but it was gorgeous. He took it from her hand and slipped it gently onto her ring finger. It was tight, but gave way over her knuckle. She held out her hand and stared at it.

"It is tight so you cannot take it off," he joked.

"Thank you," she said. He sat down again put his head on her shoulder.

"So, we have tonight," he said.

She leaned her head against his and put her hand on his knee.

"And then what?" she asked. "What do we do after that?"

"Do you want to move to Orlando with me? I could make room in my office for your paintings, make a little studio for you. Or we could move into something bigger."

She didn't want to live in Orlando. There was so much traffic, and it was so hot in Florida in the summer.

"I can't leave my job," she said. "My students."

"Then I could come to Greenview Falls and live."

"But what about your job? There aren't any Señor Iguana's close to there. And what about your citizenship papers?"

"Surely there are opportunities in Greenview for me. I have a degree and a lot of experience. We don't have to figure it all out tonight," he said.

The earlier conversation of expectations rose up in her mind.

"I'm so used to being on my own," Skylar admitted. "I haven't ever lived with a guy. Or a husband," she said, more to herself. "I like having my solitude. I'm not even sure how to live with someone else. I cook for myself, but I'm not a great cook."

"We can do whatever you like. We can buy another house. We can even be neighbors like Vicki and her boyfriend. You are in luck because *I* am a phenomenal cook. And I also throw a good party." He wrapped his arm around her shoulders. "We could open up that bookstore you used to dream about. Put your paintings on the walls, like a gallery, and teach art and dance classes."

Why hadn't she done that yet?

"We could make a safe space for your students, and I could live there . . . are there places in Greenview Falls where we could open up your bookstore?"

The buildings on Main Street next to JT's family's restaurant had been all but abandoned once people started working in the bigger cities. The town that was once a booming community of farmers and teachers and restaurants and retail shops seemed like a ghost town now, except for Carnitas. There were a lot of vacant buildings, boarded up and passed over.

Maybe they could find a place to open up her bookstore. She didn't know why she hadn't considered it before.

"You should probably visit Greenview first. To make sure you could see yourself there," she said.

"I can see myself anywhere you are." He kissed the side of her head. "I looked it up on the Internet. Greenview Falls, Ohio. Home of the Tigers. Population 4500."

"When did you look Greenview up?" she asked.

Embarrassment crossed his face. "I looked it up when we first got strong internet at my house in Cancún. As soon as you left. In 2001. And then, when I came here."

"You looked Greenview up as soon as I left, and you didn't come looking for me when you got here?"

He stared at the floor, then back at her. "You didn't write back," he said. "I thought you would visit Cancún again. You said you would. I figured you had moved on."

"I told you. My father . . . my family."

It wasn't anger she was feeling, it was something else.

"I know that now," he said. "I thought that if it were meant to be, for us to be together, that we would cross paths again. That God would bring us together. Like this. Like Alex's party."

Her eyes sparked in understanding, and caught the flame of his.

She knew he was right.

But still something held her back. Something she couldn't name.

"It's a farm town, José. I'm talking tractors and horse and buggies and factories—there are a lot of good people there, but—"

She didn't want to tell him some of them might not be accepting of his nationality. The folks there meant well, but people who didn't get out of town only experienced the greater world through the news, which was usually bad news.

"I love tractors and horse and buggies," he said. "What is a horse and buggy?"

"It looks like a horse-drawn carriage? It might be kind of a culture shock for you. Like, people might be weird."

"Oh, kind of like parading my girlfriend from the United States around Isla Mujeres?" he joked. "Like the locals might stare at us?"

"People didn't stare at us in Isla," she said. She hadn't noticed any stares or felt any kind of disapproval from anybody so long ago.

"They did," he said. "Not all of my co-workers believe in dating outside of our culture." He smirked. "Maybe you were too in love with me to notice." Then he changed back to serious.

"Are you afraid we are culturally incompatible?"

Skylar sighed. "I'm just trying to picture it, is all. To figure it out, and plan it in my mind."

"We will not be able to control the way others see us. All that matters is our friends and family. I choose my friends wisely," he said. "Diego and Carmen have travelled and know the world is a . . . how do you say, melting pot." He kissed the top of her head. "I will find my place there. Whatever life brings to us, we can figure it out together."

"The waitress at Iguana's was looking at me funny tonight. Is that why? Because she didn't approve of me as your fiancé . . . being white?"

"Who, Ana?" he asked.

He pulled away, stood up and his face reddened. "No, I don't think so."

"She seemed like she was annoyed with all of us. I guess, maybe, were we being rude? I hate when the wait staff thinks I'm a bad customer. I didn't mean to be rude."

"No," he repeated. "I don't think you were being rude." He wiped his face with his hands.

"Was she just having a day? Usually, everybody celebrates when somebody gets engaged."

"That's not it, Skylar."

José knelt down and took Skylar's hand, the ring in between his fingers. He bowed his head between her knees and then looked up at her.

"Ana and I have a past, that is all. But it is over."

"I'm sorry, what?"

He said it more slowly, as if she didn't understand the first time.

"The waitress from Iguana's is the woman I was serious with before. We have been over for a long time now."

She understood him the first time, she was just hoping what she heard wasn't true. Skylar stood up, almost knocking him over backwards.

He worked with his ex-girlfriend?

The only girl he was ever serious about?

He balanced himself back up onto his knees and then stood quickly, without using his hands.

Was she really his ex-girlfriend? Or was he lying?

She knew it. She knew he was too good to be true. All of this.

What if Diane was right?

He took a step toward her. "I know you were hurt a long

time ago, and that you do not trust easily. What can I do to make you trust me? What are you so afraid of?"

Skepticism erupted in her body, freezing her feelings. Negative thoughts raced. She clutched her phone in one hand and took a step back.

"Why did you ask me to marry you tonight?" she asked.

The overload of inner questions confused her mind.

His intentions. His honesty. Her trust.

All of it. *Todo.*

She tried to sound sincere and sensitive, but there was no right way to express the attack of fear. It took her over.

"Are you trying to find an American girl to marry?" She knew she shouldn't say it, but she said it anyway. "So you can stay here?"

José's face turned bright red. His smile turned into a scowl. He stood still as if in shock.

She'd not yet seen him angry. She'd not even seen him perturbed.

Even so mad, he was handsome.

His voice was firm. "I do not need to be with anybody to take care of myself and I don't need to be with you to be here. I have papers. I *want* to be with you. I've always wanted to be with you." He rubbed his eyes and let out a breath of disgust. "Is this what you think of me?"

She didn't really think this. She didn't know what she thought. She thought her heart was going to break over a guy she'd spent two weeks with, and if her heart broke, she would lose her mind.

She thought this week, and getting engaged and feeling alive was some kind of dream she was going to wake up from.

She'd barely kept her shit together these last two years. She'd lost everyone she ever loved except for Alex and Drew and Vicki.

Sarasota Green

She couldn't handle heartbreak right now.
It would unravel her.

Chapter Thirty-Five

José tilted his head back, and the light in his eyes was impeded by his squint.

"Maybe I was just a fling to you. Maybe I didn't mean anything. That is okay. If that is the truth, then it is okay, but tell me, before I appear even stupider for letting my feelings fall all over you. Please tell me now before I waste any more years."

Skylar tried to register his words but all of her defenses were raging. She *knew* something was going to come up. Love like this simply wasn't real. It was all too good to be true.

She shook her head and started to cry, hiding her shaking hands behind her.

His face transformed again, half joy and half disbelief.

"I have not ever met a woman who is so wise, and who is also so incredibly naive."

She tried to take the ring off, but she couldn't get it over her knuckle.

Naive? Skylar paced back and forth.

"I am a grown woman," she said. He moved toward her. She kept the couch between them. She texted Vicki.

"Please come and get me? As soon as you can." And she sent her location.

José shook his head in frustration.

"Why are you texting? I tried to love someone else. I couldn't. It wasn't fair to her, and I could not ever make her happy."

An automatic response came from Skylar. Her own voice came out deep-toned, and sarcastic. It didn't even sound like her.

"I'm so glad we're considering her feelings, your ex-girl-friend who works with you."

It was fight or flight.

The tone of his voice heightened. "You sound so *crazy* right now," he said. "What is really wrong with you?"

Crazy?

"You don't even know me," Skylar said.

He didn't. And she didn't know him.

He knelt down in front of the couch again, put his elbows on the maroon fabric, and folded his hands in front of his face. Skylar kept pacing. José closed his eyes. Moments passed. Then he opened them. He rubbed his hands over his forehead and did the sign of the cross.

"You're right," he said. "When I met you, you were this happy, beautiful young woman with an untouchable aura. You were like a fearless ball of fire who danced, and laughed . . . who I thought really saw me for me. You had big dreams. You were in love with life. You were adventure and mystery . . . I don't know who you are right now. I don't understand what is happening."

He clenched his jaw up and down three times and swallowed. Then he pushed himself up from the couch with his hands and put them on his hips. "But maybe I had you wrong all of these years. Maybe I made up a version of you that does not exist. Maybe it was, like you said, a fling."

A car horn honked from outside.

"I'm sorry," she said, and turned away from him.

"Skylar, wait." He put one hand out and took another step toward her. She grabbed her bag and rushed out into the rain as he called after her. "I didn't mean that. That's not how I feel. I know you don't feel that way, either."

She left the door to his condo wide open, and rushed to Vicki's truck. Skylar looked over her shoulder at José, standing outside with no shirt on, watching them in the rain.

"Oh God, Skye. What happened?" Vicki asked. She lifted her sunglasses.

"Please, let's go." Skylar closed the door to the truck and tried not to look back again.

Vicki pulled on the gear shift, but glanced into the side mirror. "Do you want to talk about it?"

Skylar didn't want to talk.

She wanted to cry. She wanted to stop shaking.

She wanted to go home to her cat where she was safe.

Where things made sense.

Where she didn't have to worry about losing her mind over naive dreams of romantic love from a man.

And where she didn't have to think about losing anyone she cared about, ever again.

"Can we just go?" she asked. She turned off her phone.

Chapter Thirty-Six

The next morning, Skylar hugged Alex long and hard. Since her brother was gone, she'd taken to hugging Alex in big bear hugs. It was like having a little piece of him in her life, and she wanted to hold it as close to her as she could, forever.

Alex handed her a book.

"Happy early birthday," she said.

Skylar took the red and yellow paperback from her hands.

"You didn't have to get me anything!"

The cover read, *The Artist's Way,* by Julia Cameron. *A Spiritual Path to Higher Creativity.* Skylar thanked her and held it to her chest.

"My editor turned me on to it," Alex said. "I thought about you while I was reading through and doing the activities."

"I love it," Skylar said. "I'm going to start reading it as soon as I get home."

Diane and Skylar said goodbye to Layla, Gabby, and Vicki before they climbed into the Subaru.

They all stood outside and waved them off.

Vicki yelled, "Call me when you get home. You're my best-best." She made the shape of a heart with two hands, like the young people do, which made Skylar laugh. Alex, Gabby, and Layla did the same.

"See ya in July!" Gabby said.

Diane drove the first leg home, north through Florida, then through Atlanta, and she and Skylar didn't talk much. Skylar appreciated Diane hadn't grilled her with any questions, but eventually, Skylar got tired of the silence.

"I think I messed it all up with José," she said.

Diane seemed surprised.

"He seems so into you. Hoping to see you after all these years? And an impromptu proposal? It was really quite romantic."

Skylar adjusted her seatbelt.

"He brought up another woman. That woman who waited on us? Is his ex-girlfriend. I was feeling insecure . . . and then I asked him if he was using me to get a green card."

"Oh, honey. That's awful." Diane turned down the radio. "And it's probably my fault. I'm sorry. I put that thought into your head. But I think I was wrong about him."

"No, but I—I don't even know him, really. I mean, I knew him for one week when I was thirty, you know? We had fun, but, can a relationship be built on fun? At our ages?"

"He seems young," Diane said. "Is he younger than you? He's got this something wise about him, though. Like an old soul."

"He's forty-four," Skylar said. "So, yes."

"Your brother was younger than me, and we had a lot fun. We spent some really good years together."

"Curtis was such a mess in relationships. Married twice? You know he told me one time he didn't believe in monogamy?"

She giggled. "I do believe that. We never officially got married," Diane said. "But we still had some good times."

"I guess because I grew up with you there, I think of you two as married. He was my blueprint for relationships, my big brother, the musician. He always said falling in love was easy, but relationships were hard."

Diane smiled a faraway smile. "He's right. The second I met your brother I knew we were going to have some kind of future together."

"Really?" It sounded like something José had said.

"We were young, but I knew what I wanted. We should have waited, though. We might have been better partners—and parents—if we hadn't been teenagers."

"I remember you two over at Mom's house in the basement. You sitting on the couch and him with his guitar singing Crosby, Stills and Nash songs to you."

"Could you get any more romantic than that as a teenager?" Diane said, "Come on, I was *all in*."

She changed lanes.

"Do you know that my parents wanted us to give Alex up for adoption? Can you imagine? Your mom took me in and taught me how to be a mom. Kate taught me how to be a woman, really. Without her I wouldn't have a family. Without Curtis, either. Your family was mine for a long, long time. We were lucky to have them," Diane said.

Skylar knew Diane's parents weren't supportive, but she'd never heard this story.

Thank goodness. Skylar couldn't imagine her life without Alex. She stared out the window at the palm trees rolling by. An emptiness had arisen again, a blah that had disappeared for a few days.

"Sometimes I wish I would have tried harder at relationships. Or to try and have a family. But I saw Alex and Drew as my own, and I couldn't really see a future with any guys I dated."

"What about José?" Diane asked. "Can you see a future with him?"

"I'm pretty sure I ruined it. What I said to him is unforgivable. I wouldn't forgive me, if I were him."

"This is the hard part of relationships, like your brother said. You mess up, you apologize, you communicate, and then you learn to do better. You talk about it, and you try again."

"I just don't know if it's worth it. Setting myself up for heartbreak? I have everything I need. My students, my cat. He said maybe I'm not who he thought I was. And maybe I'm not. When I met him I had big goals, and I was excited about the future. Now I've just been like . . . getting by? Treading water and trying to keep my head above the waves."

"You've had a hard couple of years, Skylar. We all have." Diane said, "Your brother and I had an ugly breakup. It was painful, and it took me a while to forgive him. But when I think about your brother and me now, you know what I think about the most?"

"What's that?"

"I think about the nights when the kids went to sleep and we stole their Halloween candy, eating it in bed while watching late night television. I think about your mom making a pound of bacon, and him eating it all before anybody else could have some."

Skylar smiled. "He would always eat *all* the bacon before anybody else could have some."

"I think about the times we got dressed up and went dancing. I think about how hard he could make me laugh. When I think about Curtis and me, I don't remember the bad stuff. I remember all of the *fun* we had. That's how God works. You don't remember all of the horrible stuff when you look back to the times with those you love. You only think about the joy of it all. In the short time you had with them."

Skylar teared up. "You know, I never imagined a world without my brother in it. I always thought he'd be my main wingman. I can't lose someone else I love again," Skylar said. "These last two years almost completely sank me."

Diane turned to face her. "You're never going to be the same person you were before, and that's okay. The gift of it is, when you get back to yourself, you get to decide who you want to be again. With how it changed you. What do you want for your life now? Who do you want to be?"

Skylar knew this answer. "I want everyone else I love to stay here on earth with me. I want Alex and Drew to always be safe, and outlive me. I want to have years without loss, so we can all enjoy life the way it's supposed to be. Healthy and happy. I want to be . . . content. It doesn't seem like a lot to ask."

"Do you love José?" Diane asked.

"I don't have a blueprint for healthy relationships," Skylar said. "I don't know how they work, because I've never been in one. I don't even know if I believe in love, anymore."

"What about your parents? They loved one another. Your dad was a wonderful man."

"He was." Skylar didn't know if her parents were "in love," but they were kind to one another when she was young, and they took care of one another when they were older. For her, his illness had taken over the happier memories. Maybe she needed to think of his happier times.

"If you're having trouble trusting in the future, or trusting José," Diane said, "think about your father and how loyal and strong he was. A little faith in something bigger than you might help. Maybe pray about it? There are still good men out there, Skylar. I think you might have found one."

"My dad *was* always there when we needed him. I wish I

could call my brother, or my mom right now. They would know what to say."

"If I were you, I'd call José," Diane said. "Tell him you're sorry, and have a conversation. See where it goes from there. That's the hard part, but it's all worth it in the end. We have to believe in love, Skylar. If we don't let ourselves truly love, then what are we here for?"

Chapter Thirty-Seven

At home before she called José, she checked her mail. She knew it was going to be a hard conversation, but she knew she had to have it. She owed him an apology for letting her fear of loss get between them. She didn't know how he would respond, but at least she knew where she went wrong.

Bills and bills and, an unexpected letter from Florida? At first she thought it was from José, but the return address came from The Pink Flamingo Retirement Home in Seaview, and inside was a note from her mom's old flame, the infamous Marco Del Rio.

Skylar had only met him the one time, when she went to visit him after her mom's passing. The handwriting was shaky, and barely legible, the handwriting of a man aging quickly. Why would he be writing now? They'd parted ways amicably, after sharing her mom's letters to him, memories from Kate's wilder years before children, her first true love.

She opened up the envelope.

• • •

The Last Postcard over the Gulf of Mexico

Dear Skylar,

Katie asked me to send you this letter when you turned fifty, or when I passed along, whichever came first. I am happy to report, I am still alive and kicking, (or breathing, if you want to be truthful about it, but I am very tired lately, so I am sending it now.)

If you want to discuss your mother's letter after you read it, I would be, and am always happy to hear from you. I do not know how long I have, but I am here now.

Sincerely,

Marco

Skylar turned the folded paper over and over in her hands. A letter from her mother?

The estate had been settled; her mom had been so detailed with all of the arrangements. She and Curtis only had to work through their grief to follow her wishes and distribute her possessions.

Mountains of grief, and mountains of possessions, but they had done it. Curtis had been equally difficult and helpful. His strong will versus Skylar's cautious nature was a test of the ages. What would her mom want to tell her after her death?

She held the letter to her heart. The paper smelled of stale potpourri and the strange, sterile smell of nursing homes. Skylar fed John Mayer The Cat and made herself some tea before she sat down and opened it. She could hear her mom's voice clearly in her mind.

Dear Skylar,

My lovely daughter. If you are reading this, then you made it to the beautiful number fifty, or Marco is not well. Whichever it is, I hope this finds you happy and thriving. When I turned fifty

I thought my life would change for the worse, but in fact, it changed for the better.

Sometimes when we think our lives are completely over, true growth and understanding are just beginning.

I hope this age feels like a gift to you. I hope you are doing what you love. I hope you've taken a leap into your future, without all of the baggage of the past. Old age is a gift not everybody gets.

When I was young, I remember wishing for some kind of map from the women older than me about how to live. Women's roles of the 1950s were transforming into the Women's Liberation movement of the 1960s. People were marching for Civil Rights, and the entire country was changing in front of my eyes.

I was naive and hopeful, and had an unwarranted, optimistic view of love and my country and the future. I wished I had a better connection with my own mother. That somehow she could give me a piece of advice or experience that I could carry with me as a guidepost for when I struck out on my own.

The irony was that I didn't want what she had. I didn't want what she wanted for me. I wanted something different.

And that is the predicament that we as women live with. To somehow learn to carry the torch from our mothers, without letting it be the only light we can see.

Still, I longed for some kind of map. Some kind of path clear and carved out, which showed me exactly which turn I should take, exactly which choice to make, where to go, who to trust, and how to live. I made mistakes, and I learned lessons. I wanted to do it all on my own terms.

The raw truth is that there is no tangible map. Women cannot do what their mothers did, and expect to get the same result. A woman can read of adventures and love stories from the beginning of time until the end of time, and not one will echo the true path of the individual, a unique soul journey that is her own.

My generation was raised as the one before, with the idea that love would solve all of their problems. Finding true love and the right man to settle down with and bear children for would be the end all of their goals to accomplish.

After true love, they led us to believe, all would seem right and be right in the world. What I learned for myself is that the opposite is true. Though I know your path has always looked different from mine, this is what I know to be true for me.

True love is a gift from God. But it does not come from a man, it comes from above, and through the self—from the soul. It is the thing, in the greatest contradiction of all, you must give away to keep.

When one stumbles upon true love with another—if she is lucky enough to find it—this is not the time that all things will fall into place and be well. It is not the end. It is actually when all things new come to challenge, come to teach, come to test the poignancy of that love, and it is in fact, a new beginning. A set of new lessons. A set of new tests and challenges, for the heart as well as the soul.

There is not in this life, so far, a happily ever after. There is a lesson to learn followed by a test of the heart and soul and then a new lesson to learn. There are cycles of beauty and heartbreak and there are cycles of love defined, tested, reignited, love showing up in different packages than one thought they would be in.

Followed by more beauty and more heartbreak, more blessings, and more disappointments.

The cycle has and will continue for humans, as long as humans are breathing. The story will never truly end for us. The best we can all do is to look forward in faith, and continue to choose what we feel are the highest callings of our hearts and our souls.

We can try and build a life of our own calling, and sometimes life will place stones in our path. But I truly believe, my sweet Skylar, that our lives have a destiny. I wouldn't have believed it until I set off on my own, and met the people who would become my own family.

The map is in your own heart, Skylar. Feel it, follow it, and trust it, wherever it leads, and you will be okay.

I have some information to share with you that may not sit well.

Some information that may be hard for you to know and understand. Please know that I prayed and prayed and talked with your father and Marco for many months in deciding when to share this information. Like all things and all people, I too have regrets. Sometimes I wish I would have been able to tell you sooner.

I promised myself I would tell you when you turned fifty, and deeply regret that I am not alive to see this day.

You and Curtis were the true gifts of my life. Though I loved Marco, and I loved your father, I did not know true love until I held the both of you in my arms. I promised myself I would teach you everything in my power to live fully and deeply, and to protect you in body, mind, and spirit, as best as I could. I see now that I may have gone too far in the direction of protecting you.

A mother makes choices in the moment, doing her best to weigh the consequences of her words and actions, but will not truly know the consequences of those choices until much, much later, and of course, will never know the consequences of making a different choice.

These are the blessings and curses of being a mother: learning to trust one's intuition, while simultaneously wondering what a different course of action would be. It is the same for non-mothers I suppose, all of us at some point may look back and wonder what may have happened if we had chosen the different path.

A woman could go crazy to live that way, always dwelling on the what-ifs or the could-have-beens. The mind can play tricks on us, but the heart doesn't lie. Nor does it always get what it wants, a sad irony of living.

I would ask that you would keep the information I am about to share with you to yourself when it comes to the family, only because my simply living the way I wanted to live, somehow brought continual shame to my own mother and her family, as she never missed a chance to tell me.

I want to make sure you are able to absorb this information and then decide what you would like to do with it, only after you have processed the details and what it might mean for your future.

Marco has been my biggest fan, my true love, my rock, as well as was your father, and if you would like to call, write, or visit him, I know he would be happy and inspired.

Please read the rest of this information with an open heart, an open mind, and with the idea that I love you more than the moon and the stars, to the moon and beyond, into and after, throughout all of infinity.

It is my hope and prayer that it helps you to fill in some of the blanks of how you were raised, as I knew that if I shared it with you when you were young, it could have quite possibly affected you in a negative way.

I hope you are able to use this as some sort of roadmap, or, in the least, it will help you become more confident in forging your own path. It is your own path, Skylar, and never let anybody else tell you that you have taken a wrong turn, without consulting your own inner knowing, the soft and wise wisdom of your soul.

The man you knew as your dad, was your and Curtis's true

father. He was the one who provided his living for us, changed your diapers, who rocked you back to sleep when you were sad, and who vowed and promised to love and to care for us all, when he was young and strong and brave.

He was the only dad both of you knew, because he was the only man who was, for various reasons at that time, able to stay by my side. He was kind and dedicated, a protector and friend. I believe God places soulmates in our path, and if there was one He promised to me for my entire lifetime, your father was that one.

Your own biological father, however, was a friend of all of ours when we were very young adults. We lived among the wild poets and travelers, young activists hoping to build a better future for your generation, and generations to come, by breaking the traditions of our own parents.

Many of our friends were indeed wilder and more involved with the movements than I, for as soon as Curtis was conceived, my own path priority involved finding out how to be a good mother.

I kept in touch with our friends for as many years as I could, but time and circumstance sometimes pull people apart, and they lose touch.

This is the case with your biological father. He was funny and brave and kind and wild, but also a true traveler, who never did seem to settle down or to find one place to call his own. You get your wild-eyed curiosity from him.

You came from love, Skylar. Absolute and true.

The way your dad and I tried to keep it together as a family are your memories to keep. I hope your childhood felt happy and carefree, cultured, and full of hope and wisdom. Your dad loved you as his own. I hope you carry his love with you, always.

From the first time I gave you a crayon, I knew your life would revolve around art. I didn't know you would use art to touch so many people, to give your students the safety and security they needed in an otherwise ever-changing uncertain world, but it has been one of my life's greatest blessings to see you use your talents for good.

Remember, you were born under the sun sign of Pisces in the zodiac, which gives you your strong intuition, your artistic ability, and your sensitivity, all fine qualities for a woman. You were born under the moon sign of the Aries, which means you have an inner fire, an independence, and a strong will. It may take some work for you to temper and meld both of these parts of your personality.

A Pisces wants to stay at home and make art. An Aries wants to have adventures and be in the middle of the excitement. I know you will continue to find the balance between these two, but know that if you ever find yourself wavering one way or the other too far, you will never completely be fulfilled.

Please know that in the afterlife, I am always watching over you, and I will always be close by. I admire you for the way you've always taken care of Alex and Drew as your own, and I hope someday you will find someone to share your life with, if you wish.

I believed in my young years that true love was destined. In my older years I learned that love is also who we choose, which means so much more.

Choose someone who is kind to you. Someone who respects your mind, body, and heart. Who listens deeply to your honest truths, who makes you laugh, and who you can have some fun with. You'll need a sense of humor when you get older. Someone with a deep sense of compassion, who you also respect and admire. When it comes time to take care of one another, trust and respect will be your cornerstones. Having a sense of faith will help.

And hold close to your friends, Skylar. They are your allies in good and bad times. True friends will always be your family, when your family isn't able to be there. We all need people to look out for us; we have to look out for each other.

Don't hole up in your house, my sweet girl. The world needs you, and you need the world. Live and let live, and be loved. Fifty isn't too old to start something new. Enclosed is the last of the trust money that I set aside for you, for this time in your life.

Open up your bookstore, if you haven't yet. Have Alex help you. It's always been one of her dreams, too. Sell some of your beautiful paintings. And go and travel the world some more. These are things you always wanted to do, and they will keep you young.

I love you to the moon and back and I am with you always.
With my Everlasting Love,
Mom

Chapter Thirty-Eight

The letter stopped for Skylar at "biological father."

Her father wasn't really her father?

There were other words on the page, but they were blurry and didn't make sense.

Her father wasn't really her father? Who was her real father?

Skylar had four more days before school was back in session. She fell asleep on the couch in her clothes, suitcase unpacked, and she stayed there until the next morning when her cat woke her up to eat.

Her father wasn't really her father? The one good man she grew up around? She didn't know how to digest this. Why didn't her mom tell her his name? Why didn't her mom tell her when she was younger?

She went back to sleep.

The second day she got up and took a shower. She ignored her phone and missed calls, cleaned her house from top to bottom, and tried to read a book, but she couldn't concentrate.

She dozed off again to the sound of the shopping network;

she hated the shopping network. She stared at the ceiling. She wished she had an excuse to leave her house, to see her students, but nothing seemed to make her want to leave.

The third day she knew if she didn't do something, she would die this way. Alone at home, nobody really looking for her. Not much to show for her life but a handful of stories from kids she taught to mix colors. Most of her family had passed on, except a new branch of her family? One she didn't even know about until now?

She wanted to call José.

She couldn't call José; she wasn't ready.

She called Vicki.

Vicki listened to her story about the letter, and stayed quiet while she processed the information. Then she asked Skylar to read it to her. Skylar cried as she heard her mom's words out loud.

This time, the letter broke her.

Finally, Vicki spoke, while Skylar sobbed into tissues.

"Your family loved you, Skylar. Your dad loved you. Even if he wasn't your dad by blood, he was always there. He never left. That's a good man. One who stays, even when things are hard."

"I don't even know what to do with this," Skylar said. "I've felt kind of like an orphan since my brother passed, but this. This gives it a whole new meaning."

"Have you thought about seeing a counselor?" Vicki asked. "Someone to help you talk through all this stuff?"

"I don't need a counselor, Vic. I have friends."

"Who do you have up there except for Diane? Are you two really friends? Alex is down here still."

"I have . . . my teaching friends."

"And since when do you spend time with them?"

"I see them at school."

"Skylar," Vicki said. "This would upset anyone, and I understand. But do you think you've been depressed? For a while? You might need someone to talk to . . . you don't paint anymore, you barely smile."

"I smile all the time."

"The only time you smile is when you're with Alex or José."

The only time she smiled was when she was with a guy?

"You don't see me every day," Skylar said. "We only talk on the phone."

"I can hear it in your voice." Vicki's tone quieted. "What about one of those grief groups? There are support groups for people who have lost their loved ones."

"I went to one of those things, Vic. I couldn't carry everybody else's pain, and I left sadder than I was when I got there."

"Well, you have every right to process your grief however you need to process it, but when it gets in the way of living your life in the long term, then maybe it's time to ask for some help. Or to do something new, something different. We're biologically wired as humans—"

"I know, I know. *To love and be loved.*"

"You need a change, Skye. It's time to let people love you— who aren't your family. It's time to do what you want to do." She paused. "Nobody else needs you right now. Everyone's healthy. Everyone's okay. Except for you. *You* need you right now."

Maybe Vicki was right. She had to do something different. Something she hadn't done yet. Something the old Skylar would do.

Vicki continued. "Have you talked to José? He's called me twice. He says you won't answer."

"I'm not ready," Skylar said.

"Dude, if you let this guy get away from you again because

you're too afraid to let him love you, then I am going to fly up there—and you know I hate the cold—and kick your ass myself. In the snow."

Skylar felt herself smile. "We are grown women. You are not going to kick my ass. It's not even snowing."

"Don't underestimate the skills I learned in self-defense class. I know all of the secret moves."

"I will Latin-dance myself away from you, and that's how I'll escape." Skylar chuckled.

"Well, thank God you'll be doing something other than moping around by yourself. I love you, Skylar. You're my best-best. Call José back, and then get out of the house and go *do* something."

Chapter Thirty-Nine

On the fourth day, Skylar got up early. She put on her old, stained apron, approached her art table, and studied her latest work in progress, which had been on the easel for at least a year. Maybe two.

Before she began, she unpacked the book Alex had given her, and read the first chapter. It was about recovering a sense of creativity, like it was written for her in this moment.

There were exercises and tasks.

She found her old John Mayer CDs, and put one in. She let the melodic guitar fold around her while she lit a stick of incense, and she prayed. She forgot that's how she used to pray: mixing colors on the canvas. Painting memories and visions, and in her own way, talking to God.

Skylar finished the beach scene on the easel and began to paint a new piece, this time using oranges, yellows, and reds, instead of the usual blues and greens she chose in the past. The colors warmed her from the outside in. Thinking of all things new, she found a Rob Tyre playlist online, the guitar player

Curtis had told her about on the way home from Cancún. She hadn't ever looked him up, but she hadn't forgotten.

His music was different than John Mayer's, it had its own style, but Curtis was right, the songs touched her heart. She soaked in the lyrics, vocals like smoke and honey and fine wine, and let the sounds lead the colors on the canvas. Love, longing, soul, something about the guitar parts felt healing.

She thought of Isla Mujeres, of her students, of Alex, and she thought of José. She thought of her mom's letter. She'd read it over ten times now, and each time she read something different. As emotionally tough as it was to read, the words were a blessing to receive.

Her mom was still trying to teach and encourage her.

Maybe she should go and see Marco Del Rio again. What else didn't she know about her mother's past?

When Skylar was at a stopping point, she took a shower. She didn't wash her hair, instead, she found an old box of color —burgundy, and let it rest on her hair while she stared in the mirror. When she was finished touching up the color, she put on Vicki's purple dress. Skylar had promised she'd wash it and send it to her in the mail, but she could wear it one more time. She would wash it after today.

She covered it with a sweater, and stepped out into a chilly day on the edge of spring. She walked to the church her mom had attended, found Diane, and they listened to the female preacher talk about forgiveness, redemption, and renewal. It was lenten season, and pastel flowers decorated the sanctuary.

Skylar prayed for herself, she prayed for José, she prayed for Alex and her students, and she prayed for the world. She cried a little. Then she cried a lot. She missed her mom and her brother, but she was going to have to start anew. Find a new purpose. Do something she hadn't done yet. Find the old fire in herself.

The service ended with her favorite hymn, "Let There Be Peace on Earth." The pastor squeezed her hand as she walked out and said, "Good to see you. We miss your mom. Come back anytime."

For lunch, Skylar and Diane walked to Carnitas and sat at the bar. She ordered fajitas, something she'd never usually order, and she had a margarita with tequila. She told Diane about the letter, her mom's gift, and talked about the bookstore. While they waited for their food, she searched on her phone for the next Women's March, and the two decided to go. She ate the whole fajita and they left a big tip.

After lunch they walked up and down the street. Some of the buildings were surely haunted—especially the one that had been the first jail—but the one that housed the old flower shop had a nice storefront window, a basement, a loft, and a bathroom upstairs, with plenty of storage space.

She peered into the window and pictured it: bookshelves, her paintings, and a community of kids in a safe haven.

"It's perfect," Skylar said. "Do you think I can afford it?"

"Let's call them and make them an offer," Diane said.

Skylar called the number on the sign out front and spoke with the realtor.

Then she called José.

Chapter Forty

It rang three times before he answered.

He didn't call her *Cielo* or *Heaven,* or *Mi Novia De Los Estados Unidos.* He simply said, "Hello, Skylar."

It didn't sound as if he were smiling.

"Hey, José," she said. She wiped her sweaty palms on her pants, and petted her cat. "I wanted to call and apologize for what I said. You haven't given me any reason to not trust you. I was afraid all of this was too good to be true, and when I pictured you with someone else, I panicked. I think I'm afraid to lose someone else I love. I'm sorry that I turned it all around on you, and doubted you. It wasn't your fault, it was mine."

"I understand," he said.

"I know that relationships are hard, but I want to try and explore this spark that we have, now that you're here. Falling in love with you has been really fun. I want to do more of it. More laughing with you. And more dancing."

"Okay."

He was being awfully short. It was unusual for him. She'd

already planned everything she wanted to say, though, so she wouldn't forget anything.

"I could try and get used to the idea of you working with your ex-girlfriend. It makes me uncomfortable, but I can try to accept it."

"She quit, Skylar."

"What?"

"Ana quit the night I proposed to you. I doubt I will see her again."

This was a relief. "Oh, good. Great."

But there was more she wanted to say. What else did she want to say?

Other girls would see what a catch he was. A handsome guy with a good job who has never been married with no kids? She wanted him all to herself.

"I want to be with you. I want to try and make it work. Maybe you could come to Greenview Falls and visit. If you like it here, then we can get married. Maybe that will help you get citizenship, or whatever. I don't know how it all works, but, I don't want to live without you. I'd like to try and build something. A future together."

She held her hand in front of her and stared at the ring, the spiral of the conch shell.

"I have my green card," he said.

"You . . . what? You do?"

"It has been in process for a long time. I didn't want to jinx it. My citizenship finally came through."

This was a relief, too. "Oh, good. That's great."

One less thing to worry about. Goodness, she felt stupid.

She continued, "You were right, that I haven't been myself these last few years. I didn't really know. I couldn't really see it. I just, I think I was depressed, with losing my mom and my brother, but my mom wrote me a long letter—and today I started painting again. I put a down payment on a building here, to open up my bookstore."

"That's great, Skylar," he said. "I'm really happy for you."

It unsettled her that he wasn't back to his usual, playful self. Maybe she owed him more of an apology. Maybe he'd changed his mind about her.

Maybe he'd never forgive her.

"I know what I said was horrible. I'm sorry, and I want to try. I know we're going to make mistakes, and I made a big one by saying that, but, if you could forgive me then, I will make it up to you."

Silence.

"You're really quiet. Do you still want to be with me? Do you still want to try and build something? I understand if you don't, but will you at least accept my apology?"

It sounded like he was blowing a hurricane into the phone.

"My mother died yesterday, Skylar."

José cried out.

Her heart sank. "Oh, God. José, I'm so sorry."

Skylar held silent space for him to weep.

"That's so hard. I know, it's so hard. I'm so sorry."

Eventually, he gathered his voice, which trembled into more words, like it took everything he had to speak them.

"Carmen called. I'm leaving for México in the morning and then, I don't know what happens."

Oh, God.

She prayed.

"What can I do? How can I help?"

She longed to fly to him, to hold him in her arms, to press his head against her chest and tell him it was going to be okay.

"Do you want me to come with you?"

This part of grief was a nightmare. One that was hard to wake up from. She knew well the instant shock of loss; there was nothing she could do or say to make it easier for him.

"I just—I have to go home for a while," he said.

Chapter Forty-One

The world would feel blurry for José for days and days. There's no way around it; the sadness brings the rest of your life to a halt. Then when he came out of it, he would be different. It would be impossible to see the world the same way. José would be a changed person, and who knew if he would even come back.

Skylar stayed focussed on her renewed creativity. She texted José brief messages like, "Thinking of you today," and "I hope you are doing as well as you can be."

After a week, he finally replied.

"Thank you. I miss you."

Skylar told him to tell his family she was keeping them in her prayers, and he shared with her his mom's obituary.

It was written in Spanish, but she thought she understood, "A virtuous woman of integrity." She tried hard to translate it all, but her language skills were rusty.

As she scanned the words and found his name, then Carmen's, she came upon a familiar phrase.

"Una maestra de arte."

His mom was an art teacher? He hadn't told her that.

"Your mom sounded like a wonderful woman," she wrote. "She was an art teacher?"

"She taught art to little kids," he wrote.

Then he added a heart emoji.

Spring finally burst into greens and warmth and Skylar felt renewed. She got up before school every morning now to paint. She worked through the exercises in *The Artist's Way*, and felt herself brimming with energy. Her students were taking more chances in their own art, too, and this made her happy.

One day during lunch the school librarian approached her and sat down with a brown bag. Usually Skylar kept to herself during the break, and read the news on her phone, or sometimes flipped through a magazine from the library.

"You look different," Cindy said. "What are you doing?"

"Different?" Skylar asked. "What do you mean?"

Bob the math teacher, who was overweight and smelled weird sometimes, also sat down with them.

"Are you doing some kind of new skin-care routine? I swear you look ten years younger than you did in December," Cindy said.

"Oh," Skylar said. "I bought the old flower shop on Main Street, and I'm going to open up a bookstore with my niece!" Then she showed her the ring. "I also reconnected with someone I used to know, years ago."

She hadn't told too many people either of these things. It still sounded funny to hear herself say them, and she hoped they'd both come to fruition like her vision.

Cindy unwrapped a ham sandwich on white bread and took a bite.

"Congratulations! I'm surprised I hadn't heard. I heard

about Alex and JT. I'm happy for them," she said. "I used to have to tell them to stop laughing in the library once a day. Who's the mystery guy?"

"His name is José Mateo," Skylar said.

Bob gave a sideways look, and opened up a roast beef sandwich and corn chips.

"Interesting," Cindy said. "I can't wait for your bookstore to open. We need some new life around Greenview. It will be good for the kids to have a place to go in the community. What does your fiancé do?"

"He's a general manager of the restaurant chain, Señor Iguana's," she said. "Have you heard of that?"

Bob hadn't even said hello. "That vacation place where drunk teenagers hook up?" He took a bite of his sandwich and chewed with his mouth open.

"Umm," Skylar said. Bob had maybe never had a drunken hook-up. "I guess? He manages the one in Orlando, which is family-friendly."

"Right," he said. "Every family needs their teenagers to be served tequila from a squirt bottle while they're underage."

"Maybe you've never been there," Skylar said. "It's a fun place."

"I bet," he said.

She excused herself from the table, but not before Cindy said, "I'm really happy for you, Skylar." She smiled in the way women who respect each other smile.

Skylar looked forward to her afternoons the most. Her students seemed more settled after they had eaten lunch. The afternoon classes were calmer, and her students held their concentration longer.

The final class of the day was always her favorite, though. Students who had Individual Education Plans, or IEP's, and were labelled at-risk by the faculty and staff. They took the most chances with their work, and produced some of the most powerful paintings.

Today, Shelly, one of the girls who'd been home-schooled up until fifth grade and then enrolled with other students for the first time in her life, stared at her work in progress. So far, it was a purple watercolor with black shadows in the sky. There had been rumors of Shelly's parents both going to rehab at the same time, and she'd been sent here to live with her grandmother.

Shelly wore thick glasses and had uneven bangs; stringy hair that was dark on the top and blonde on the ends. Skylar loved her. At-risk students respected Skylar in a way they didn't respect their other teachers. They acted out less in art class, settling their otherwise overactive minds and hands on creativity.

Whenever there were conversations going on at the state level or online about cutting arts and music funds for public schools, these were the students she thought of. These students needed art the way some people need food and shelter. Skylar always made an effort to listen to them presently, and completely.

She played some Native American flute music for them today, a CD with sounds of nature, bird calls, and jungle sounds intertwined with some light piano and singing.

"This is wonderful, Shelly," she said. "Tell me about the black shadows."

"There are crows flying around at Grandma's," she said. "Grandma is sick this week."

Skylar had taken one art therapy class in college, but she didn't consider herself proficient, nor was she supposed to psychoanalyze the young people at her level of teaching.

"I'm sorry to hear that," Skylar said. "I'll say a prayer for her, that she gets better."

Shelly peeked at her from under her bangs, smiled, then continued to mix colors and water with her brush. She dabbed a little bit of yellow in the middle of the purple, hinting toward a sunrise.

Soon it was summer. Greenview turned greener and lively, the smells of corn and fertilizer in the air. The flower shop needed some work to transform it into Skylar's vision, and as she painted the walls, she thought hard about a name.

Greenview Falls Books and Art seemed simple enough, but too generic. Most of her customers would probably come from Greenview, if they came, but maybe some people would come from the neighboring towns.

Diane had volunteered to help her do some of the renovations, and they bounced ideas off one another, but nothing really stuck. JT showed up for a few days with his son, and their friends from the baseball league helped them with some of the harder stuff. Even her mom's friends from church came a few times, and painted some walls and sorted books with her.

Arriving home one night, she checked her mail and found a postcard. From Cancún.

Skylar ran her hands over the red and orange sunset, the pink and purple colors of the water. It was vintage, old. The design looked as if it were painted by hand, and there was a pyramid in one corner.

"Big Adventures Start Here," it said.

She turned it over and read José's handwriting.

Cielo,

This is one of my mother's designs. I wanted you to have it. I am coming home to start the next big adventure with you. I will meet you at Alex's wedding in July, if you will have me there. Text me when you get this, please.

The Last Postcard over the Gulf of Mexico

Amor,
José Mateo

Skylar held the postcard to her heart.
That was it. The name for their bookstore.
Big Adventures Books and Art.
She called Alex.

Chapter Forty-Two

Skylar was going to Alex's wedding at Serenity Lake, and she was going to see José Mateo for the first time in six months. Their phone conversations were more frequent, but she longed to be close to him. She focussed on trying to open the bookstore by fall, and helping Alex and the women with the wedding details by text.

In their group text, Alex asked questions, and the older women tried to answer to the best of their abilities.

"Do I have to have a cake?" Alex asked. "I don't even like cake."

Diane wrote, "Wedding guests like cake?"

Skylar replied, "It's your wedding, and you can do whatever you want." Then she added, "José makes a good cheesecake, do you like cheesecake?"

"I do," Alex wrote. "Can you send me his number?"

Because the wedding was small, José arranged the guys from Iguana's to make the white chocolate cheesecakes, and planned to drive them up in his car. Diane and Skylar decided to drive together again.

Alex asked them to make flower arrangements in glass vases from the dollar store. They used sand, small shells, and would get orange hibiscus flowers from a store in one of the nearby Tennessee towns.

Skylar painted a sunset picture on the front of a lined scrapbook for the guests to sign. She used warm colors and cool colors, trying to match Alex's vision. Alex had chosen green and turquoise for her accent colors, and the dress that Layla would wear.

On the day they left, Diane was so excited, Skylar thought she might burst. Diane chatted almost the whole four-hour drive, until the road gave way to the winding Tennessee mountains, and she said she needed to concentrate.

Skylar stared out of the window at the different houses and structures. Some houses were big and beautiful, held up by giant white pillars and surrounded by tidy lawns. Then some of the houses were almost shacks, miniature wooden structures jutting out from the side of the hills, the yards cluttered with old cars and junk. Skylar observed one or two confederate flags, and wondered about them.

It was Wednesday morning before Fourth of July weekend.

Curtis, Alex's dad, had passed two years before on the Fourth, so it had been a hard day for them last year. Alex said she wanted to honor him with her wedding, and to make a happy memory to replace the one darkened by his unexpected passing.

Skylar promised herself she would do something special to honor her brother this weekend. She was going to do her best to honor him and remember him always.

José left before them, and shared with her his location from their phones, so she could keep track of his progress. He was in Georgia now, as they were arriving to the Tennessee lake house.

The wedding party and some of JT's friends were staying at JT's college baseball coach's house, and Diane, Skylar and José, and Vicki and Rich had all chipped in to rent the house next door.

When Skylar asked Diane why her husband Steve wasn't coming, she simply said, "I like to do things on my own sometimes." Skylar sensed there was some underlying tension, but she didn't press it or ask any more questions. Skylar was looking forward to getting to know Vicki's guy, Rich.

Alex met them in the driveway, a skinny gravel thing with a sharp drop-off down the mountain on all sides. The house was A-framed, and hung over the edge of the mountain as if it might crash into the lake at any time. An American flag waved in the wind over the open back door, and a giant Rottweiler leapt out and bound down the steps.

"Oh," Skylar said. "Hi, doggie." She tried to pat him on the head, but he licked her hand instead.

Charlie then greeted Diane by licking her hand "You remember JT's dog, Charlie, right?" Alex said. "We couldn't leave him at home."

The house was beautiful inside. Alex helped them carry the vases.

"They're so lovely! Thank you, Mom and Aunt Skylar."

JT helped them situate the vases on the tables.

"Glad you girls could make it."

Gabby and Layla came up the steps and hugged the women.

The kitchen and living room were on the fourth floor, and a large bedroom sat on the fifth. On each level, wooden balconies wrapped around the river side of the house, and overlooked a line of steps winding down to a dock with a boat and two jet skis.

"This is a gorgeous place for a wedding," Skylar said. The steps appeared very steep.

"It's great, isn't it?" Alex asked. "Wait until you see the color of the water here. We're doing the ceremony down the way at the chapel, and the reception at the marina. But in the meantime, we can hang out and do Fourth of July water things."

Gabby had her swimsuit on and was mixing drinks in a blender.

"It's frozen lemonade today," Gabby said. "Anybody want one?"

Diane pointed to the boat and jet skis attached to the dock.

"Are those for us to use?" she asked JT.

"Yep," JT said. "They belong to coach. We got them all running last summer. I think they're all good to go."

"I'll take a frozen lemonade," Skylar said.

Alex was buzzing around the house arranging things. Coolers filled with sodas and water bottles and snacks on the table.

"Is your son coming?" Diane asked JT.

He lowered his head. "I don't think so."

"Mom," Alex said. "You're so nosy."

"I didn't mean anything—" she said.

JT said, "It's okay. His mom isn't being cooperative with me about custody. It sucks because I wanted him to be a part of it, but I can't have it all, I guess. Coach and the guys from my team should be here any minute." He pointed at Alex. "I think she's nervous."

"I'm not nervous," Alex said, and threw a chip at JT. "I just want everything to be perfect."

"It's going to be wonderful," Skylar said. She pulled a bottle of water from the cooler and crunched on a potato chip.

"I guess we should get settled into our place," Diane said.

"Okay, Mom," Alex said. "Dinner at seven. JT and Gabby are putting some bbq chicken on the grill for us, and Layla is making her famous mashed potatoes."

Skylar checked José's location again. Georgia was a big state.

The light on her phone had moved a little bit, but not too much. He'd get here whenever he got here, but she was so excited to see him. Vicki and Rich had taken the opportunity to visit some of Rich's friends in Nashville, and then they were driving over from there.

Chapter Forty-Three

The house next door was similar to coach's, a little smaller and more outdated, but nice. It would do for them for the week. The view from the balconies was so calming.

They settled into different rooms, and then stocked the kitchen with a few things they had brought from home. Chips and lunchmeat, bread and wine. Diane, Skylar learned, loved to drink white wine.

Skylar was trying not to watch José's pin crawl across her phone. He was in Tennessee now, at least, getting closer. She couldn't wait to see him.

Alex swung open the door. Diane was in the kitchen preparing some snacks for them, crackers with cream cheese and cucumbers, a little bit of dill weed sprinkled on top.

"Mom," Alex said to Diane, "I'm scared."

Diane set the dish towel she'd been using on the counter, and rushed over to her. "Oh, honey. What are you scared of?"

"I don't know?" Alex deflated onto the couch and put her feet on the coffee table. Her toenails were painted a cloud blue.

"What if I'm not a good wife? What if I'm not good at living with someone? You know I'm hard-headed and I always do whatever I want to do whenever I want to do it and what if I'm not good at putting someone else's needs above my own?"

Skylar knew Alex was asking for some hope from Diane, for some experience, so although she wanted to tell Alex that marriage was not about putting someone else's needs above her own—she might be confusing marriage with motherhood—Skylar stayed quiet.

"Alexandra," Diane said. "You are going to be great at marriage. You know why?"

"Why," Alex said.

Diane pushed a piece of Alex's bangs behind her ear.

"Because you are genuine and authentic and kind and loving and because JT knows you inside and out, but you also know *him*. Marriage isn't about putting someone else's needs above your own, although you'll have to do that sometimes," she sipped her glass of wine. "Marriage is about loving each other, respecting each other, and trusting each other, so that your friendship continues to bloom."

Diane sighed. "I had that wrong when your dad and I were young. I thought I was supposed to *serve* my partner. It took me a lot of heartbreak and a lot of trial and error to learn that if you live to serve your husband—in the old fashioned sense—you will ultimately lose your sense of self, your own identity, and you'll end up feeling trapped and resentful of him."

Skylar nodded. Diane was wiser than she knew.

"So, don't change. You are perfect as you are. You are precious and sacred and funny and smart," Diane continued, "Just be you. And let JT be JT. You two can be the same friends as you were when you were young. You'll just have some added benefits."

She winked.

"*Mom*," Alex said.

"You know what I mean, honey."

"What if we get tired of each other?" Alex asked. "I mean, what if he gets bored with me, or worse, what if I get bored with him?"

Funny, Skylar thought, these sounded like some of her own fears.

"Alex" Skylar said, "You are not boring. You're going to be great at marriage. You can write your books and help Skylar at the bookstore and JT will do his own thing and then you can come together and be friends and partners in other things you do."

Alex sighed. "He did say he wanted to get back into playing music again," she said. "He misses being creative. He might put a band back together like he had in college."

"See?" Diane said. "You two will be having so much fun in your careers and your creative endeavors, that you'll probably hardly even have time to get tired of each other."

"I broke so many hearts in my twenties," Alex said. "And my heart was broken so many times . . . I don't think I could survive another broken heart," she said.

"Do you trust him?" Diane asked.

"Yes, absolutely."

"Does he trust you?" Skylar asked.

"I think so," she said.

"Okay, then," Diane said. "That's all you need. Trust and respect. And it doesn't hurt to sleep naked," she added.

"Mom!" Alex scolded again.

"I'm just saying," she smiled. "That part won't hurt."

Alex crossed her legs and pulled at the bottom of her sundress.

"I wish dad were here," she said. "I wish he could sing a

song on Saturday or give me away or even be his goofy, immature self . . ."

"I do, too," Skylar said. "He'll be here in spirit, though. You know he wouldn't miss seeing his only daughter get married for the world. We won't be able to see him, but he'll be here."

Skylar's phone pinged. A text message from José.

Maybe he was here! She opened it, but it wasn't good news.

"Getting pulled over," it read. "Sheriff?"

"Feeling weird. Was not speeding."

Oh, no, Skylar thought. "José just texted that he's getting pulled over? By a sheriff?"

"Oh, no," Alex said. "My cheesecakes."

"Honey," Diane said. "He's in a strange state." She eyed Skylar. "He has a driver's license, right?"

"Of course he has a driver's license," Skylar said.

She had no idea if he had a driver's license. But he would, wouldn't he? Why wouldn't he have a driver's license? It wasn't something you usually just asked someone.

"Pauly and Bingo," Alex said.

"What?" Skylar asked. Was this a word game?

Another text came through. "Searching my car."

Skylar didn't even know what to text back.

"JT's friends are here," Alex shot up from the couch. "Next door. Pauly is a cop and Bingo is a lawyer. Todd, his real name is Todd. Maybe they can help."

José didn't text again.

She waited a minute. And another. Nothing.

"How far away is he?" Alex asked.

"Twenty minutes," Skylar said. "It looks like in the mountains."

"On it," Alex said.

She ran out the front door and Diane and Skylar followed her into the A-frame, where a crowd of people had gathered in the kitchen, and Charlie bopped around and wagged his stub of a tail.

"Oh hey!" A guy said. "Alex's family!"

"We can do introductions later," Alex said. "Aunt Skylar's fiancé just got pulled over in the mountains, and he said they're searching his car?"

"For what?" Pauly asked.

"I don't know!" Alex said. "But my cheesecakes are in there, and he's scared."

"Good-ole-boy stuff?" Todd asked.

"We'll go," Pauly said. "Can you tell us exactly where he is?"

Skylar said, "I have his location on my phone."

"Aunt Skylar, can you share it with me?"

"We can take my truck," Pauly said.

Before Skylar knew what else to do, Alex, JT, Pauly and Todd had roared off in Pauly's truck.

Skylar shared José's location to Alex's phone. It said it went through. Skylar still hadn't gotten another text message from him. She looked around at the unfamiliar faces.

"Hi," a woman said, "I'm Jessica, married to Paul. And this is Vanessa, better half of Todd. We call her 'V'." Both of them reached out their hands. Jessica's compassionate smile spread under pink cheeks, and Vanessa had a warm, strong handshake.

"Nice to meet you both," Skylar said. "I'm Alex's aunt, and this is her mom, Diane. Sorry, I'm not usually a panicky person? But I'm feeling kind of panicky. José's from Cancún, and he's never been up here in the mountains before, so it might be, I don't know, scary for him, or something, to be getting pulled over."

"Oh yeah," Vanessa said. "We get that." She tossed long braids over her shoulder.

"Pauly's been a cop in NYC for fifteen years," Jessica said, "and he still encounters racism."

"Really?" Diane asked.

"Last year he got pulled over in his truck while he was still in his uniform. When the cop got to the window and saw his badge, he apologized, said to have a good day, and walked away. Pauly was so shocked by it he didn't even get the guy's badge number."

"Why did they pull him over?" Skylar asked.

"He actually drives like a grandmother," Jessica laughed. "So he wasn't speeding. He was going to get us some dinner at a new restaurant in an up and coming neighborhood, and thinks it's because this white cop saw a black man driving an expensive truck."

"That's awful," Diane said.

"America's got a long way to go," Vanessa said. "But Todd's a lawyer, and a smart one. They'll take care of it."

"Pauly's got some friends in the FBI," Jessica said. "He doesn't usually tell anybody that. They'll figure it out, and your guy will be okay."

Skylar texted José again.

"Sending help. JT's friends."

The door opened. Skylar was hoping it was José, but it was Vicki and Rich. Charlie leaped toward them and licked both of their hands.

"Oh, hey, boy," a male voice said.

"Hello?" Vicki said, squinting her eyes.

"Hey," Skylar said, and ran to hug Vicki. "You made it! How was your drive?"

"It was good," Vicki said. "This is Rich."

Skylar shook his hand.

"It's nice to finally meet you," Skylar said. He was bronze-tanned with sandy brown hair and blue eyes, exactly as she'd pictured him, but taller.

"José got pulled over in the mountains. He texted me that they were searching his car?"

Vicki set her bag down. "We passed a car pulled over in the mountains. . . we should have stopped. It was white. He drives a white Mercedes, right? I didn't think about it until right now."

"There were three sheriff cars," Rich said. "And they had a guy in handcuffs with the trunk open."

Skylar felt the stress well up in her face and her eyes began leaking.

"I didn't get a good look at the guy," Rich said. "I'm sorry. The roads are so curvy back there."

Vanessa said, "Hi, I'm Vanessa. My husband and Jessica's husband went to get him. He'll be okay once they get to him."

"Did you pass a big black truck going really slow?" Jessica asked and laughed. "I'm just kidding. He drives that thing like his cruiser, so since he's on a mission, he's probably driving way too fast."

"He'll be okay," Vanessa said again.

Vicki reached out her hand and shook hands with the girls. "It's nice to meet you both."

"Welcome to the wedding party," Diane said.

Skylar took Vicki and Rich next door and showed them to their rooms. She kept checking her phone, but there were no new messages. The location pin stayed stagnant; every time she looked at it, she hoped it would move.

Vicki and Rich put their bags into the bedroom on the middle floor and then came back out into the kitchen, where Skylar stared at her phone.

She poured herself a glass of wine, and then one for Vicki. Rich cracked open a beer.

"Any news?" Vicki asked?

"Not yet," she said. "The pin hasn't moved."

"That really sucks," Rich said.

This was the first time she was meeting Rich, and she wished she were in a better headspace.

"So," she tried to make small talk. "Vicki tells me you're a software engineer?"

"It's nerd stuff, but it pays the bills. You're an artist?"

"And I teach elementary school."

"Cool," he said. "This place is rad. I've never been to Tennessee; I didn't really even know places like this existed."

"Alex tells me there's a marina down the way, and we can take the boat out this weekend."

"We were just talking on the way here about opening up a surf shop," Vicki said. "Your new bookstore has inspired us. I could do the designs and Rich could handle the website and ordering the merch."

"That sounds really great," Skylar said.

She wanted José to be a part of her future, though.

Chapter Forty-Four

The door opened, and José stood, clearly shaken, but handsome as ever.

Pauly and Todd stood behind him on the porch.

Skylar ran to him.

"Oh my God, José," she said and hugged him.

He held her around the waist and she bear-hugged him the way she hugged Alex. He was sweaty. She pulled back, and held both of his hands. She studied his eyes, red and splotchy, dim.

"They were assholes," he said.

"Are you okay?"

He sighed. "I think so."

"Did they hurt you?"

He shook his head. "No." Then he lowered it. "They tore apart my car, and the cheesecakes, though. The guys worked so hard on them."

Todd chimed in. "They had him in cuffs, had all of his stuff out all over the road, and were threatening to deport him."

Pauly rolled his eyes.

"I think my badge scared them a little. I hope it did, anyway."

Todd said, "They didn't have a warrant, or reasonable suspicion for search and seizure. José could have a discrimination case on his hands if he wanted one."

"No," José said. "I just want to forget about it."

"Some cops get away with seeing out-of-town plates and pulling people over," Paul said. "We don't do that in my district, of course, but I hear stories."

"Why did they tear apart the cheesecakes?" Skylar asked.

"They accused me of being a drug dealer," he said. "After they ran my plates."

"You have a driver's license, right?" Skylar asked.

"Of course I have a license," José said curtly. "I've never gotten even a parking ticket."

"Sorry," she said.

"Please tell Alex I'm sorry about the cheesecake?"

Diane spoke up. "We have time. We can make some more cheesecakes."

"I don't have the ingredients," he said. "They made a mess of my trunk."

"I can go shopping," Diane said. "Can you make me a list?"

"Yeah," he clasped his hands behind his head and tilted it back. "That would be great. Thank you."

Skylar hugged him again and then showed him to their room.

She had chosen the room on the top floor, which had a view of the river below and the tree-filled hillside across from them. He set his bag down, sat on the bed, and wiped his forehead.

"That was scary," he said. "Nothing like that has ever happened to me before. I've never been pulled over by American police. I've never even been pulled over by *Mexican* police."

He slipped off his flip-flops one by one and tugged at his board shorts. "JT's friends are cool," he said. "I don't know what would have happened if they wouldn't have shown up."

"I'm sorry," Skylar said. "I've never been here, so I didn't know what it was going to be like."

"Lesson learned," he said. "No driving alone in the Tennessee mountains." He managed a chuckle, and then focused his eyes on her and stood up.

"How are you, Cielo? I have been looking forward to seeing you for months."

He gestured for her to come toward him, then held her around the waist while she stood between his knees.

"I'm okay," she said. "Alex is having some cold feet, so right before you texted, her mom and I were trying to calm her down."

"Why is she having cold feet?" he asked.

"The women in my family are incredibly independent," she said. "We don't like being told what to do or when to do it, and so we maybe all have some kind of fears that our husbands are going to try and change us, control us, or put too many expectations on us," she laughed. "You know, the 1950s are over, but we learned from my mom not to take women's rights for granted, even now. Especially now."

"Is this why you never got married?" he asked.

"No," she said, and lifted his chin up. "I never got married because it never felt right with anyone else. I was hoping you would find me."

He smiled and kissed her softly. He took her left hand in his and adjusted the ring with the conch shell and moon around her ring finger.

"How is your family?" she asked.

"The funeral was hard. Carmen and I made a pact to see each other more often. She is coming in December, and I am going back next March. Do you want to go with me? I would like to introduce you to the rest of my family."

"I do want to go with you," she said.

"I should have sent that last postcard sooner. But sometimes God's timing is better than my timing," he said.

"Are you hungry?" she asked. "Gabby and JT and Layla are making dinner next door. It's supposed to be ready at seven."

"I am starving," he said. "I am still a little rattled, though. You go ahead, and I will met you there in a few minutes. I'm going to clean up and calm down."

Chapter Forty-Five

The other house had erupted into celebratory joy. Music sang out of the stereo, and the friends had the air conditioning on and the doors open to the outside air. Skylar reintroduced José to JT and Alex, Gabby and Layla, and then introduced him as her fiancé to Jessica and Vanessa.

Coach had arrived with his wife, Rhonda, and Charlie jumped around and wagged his tail, licked everybody's hands, and barked every once in a while. JT's parents were supposed to arrive the next day, along with Alex's brother, Drew and his wife, Elaine.

They were having a wedding party before the wedding. Everyone was in a celebratory mood, and they ate bbq chicken, told stories, and got to know one another.

Gabby kept everybody entertained with her jokes, and José and Rich seemed to fit right in with JT's college friends, who were all on the same baseball team, and teased each other mercilessly.

While they were having dinner, two more guys showed up, Sarge and Tito, also JT's friends from college. Skylar felt herself wishing her brother were there in the flesh to see his only daughter this happy and getting ready for a new and unexpected phase of her life.

She stared up at the moon and stars, said a little prayer to Curtis, and to her mom and dad, and hoped wherever they were, that they could see them and hear them, that they were around in spirit.

The guys talked about going on the boat the next day, and Diane and Skylar would go to the store for the supplies to make more cheesecakes. Alex said she wasn't too worried about the cakes, but José insisted that they were going to remake them, and make them even better.

After dinner, Alex and JT's friends were going to get their musical instruments out and "have a concert," they said, but Skylar had had a long day, and so she and José retreated back to their room.

As soon as the door was closed, she undressed and turned off the lights. She'd bought a new purple lingerie set, with lace and garters and ties up both sides. Skylar pulled a vanilla candle from her suitcase, lit it with a match, and retrieved the massage oil from her bag.

"What is this?" he asked. "I like your new outfit."

"Thank you," she said. "Turn over on your stomach."

She pulled his shirt from his head and his shorts from his body, and set them on the carpet. Then she straddled his back, and used the massage oil to rub his neck, his shoulders, his back, arms, and calves.

She paid special attention to the places where he tightened when her fingers rubbed his skin, and used the slick oil to pull the tension from his muscles, while she accustomed herself to the energy of his body again. She prayed for their future together. Then she told him to roll over, and soaked in his eyes, soft and sparkling and fiery.

They made love in a hungry way, as if he was fire and she had been lost and drowning in the deep part of a cold ocean. Or if she were water, and he'd been lost in the desert, burning in the sun, and thirsty. As if their spirits need each other, and only each other, to temper the extreme temperatures of their personalities. As if together they were balance, and tied together by fate and the stars.

He remained a kind a gentle lover, slowly, caressing her body, holding the back of her head and adjusting her just so; letting her take control when she wanted to, watching her in awe as the pleasure rose and fell in her, until they were both quenched and calm and she felt young and gorgeous. Like a goddess who was treasured and respected. Like a woman who had regained her fire for life, and was sharing it now, with her counterpart.

Chapter Forty-Six

By Saturday, there were some unexpected surprises. JT's parents brought his son, Jared, after all, who was kind and respectful, and hung out and fished off of the dock. Once he arrived, Charlie barely left his side.

Skylar and Diane found all of the supplies they needed to remake the cheesecakes, and Diane, José, Rhonda, and Rich had spent the day Friday putting together the ingredients and making tiny white chocolate cheesecake cupcakes, with lemon and blueberry drizzle.

They rented out the marina for the reception, and Skylar and Vicki spent Saturday afternoon covering the tables with turquoise cloths, and making sure the sandy vases and orange flowers were situated just right.

All together there were about thirty guests. Simple and elegant, like Alex had requested.

The ceremony was planned at the church, a green chapel that said *Serenity Lake* on the front of it. The sanctuary was filled with stained glass, and the colorful light poured down around them in the room.

On the day of the wedding, Skylar and Diane helped Alex dress in the tiny pastor's study of the church. There were so many books in there, it smelled like a library.

The girls wore flip-flops and black sundresses, doing their makeup and hair before putting their wedding dresses on. Layla had braided Alex's hair and was applying blush onto her cheeks when Alex said, "I am having so much anxiety."

Skylar admired Alex's beauty. She looked like Curtis, but in the most feminine, gorgeous way. Cerulean eyes with swirls of green and dark hair. She admired her honesty, too. Her ability to express herself and talk about her feelings.

"That's normal," Diane said. "It's normal to feel anxious on your wedding day."

Alex said, "I'm thinking of drinking. Maybe just one glass of wine."

"Call Kara," Layla said. "Time to call your sponsor."

Layla set down the makeup brush and handed Alex her phone.

"She's in California," Alex said. "At a family reunion. That's why she's not here."

"What would she say?" Skylar asked. "What would your sponsor tell you right now if you were talking to her?"

"She would tell me that my anxiety will pass. There's nothing so bad that a drink won't make worse. She would tell me to pray about it."

"Smart lady," Diane said. "What are you so anxious about?"

She knelt down next to Alex.

"I just, I don't know, what if he meets someone else and decides she's prettier or smarter or funnier or, wants me to be barefoot and pregnant or cooking all of the time?"

There was a knock on the door.

José Mateo's voice.

"Hola," he said. "I brought the flowers."

Skylar opened the door. He stood holding a bouquet of African violets mixed in with orange hibiscus. A few white orchids. Alex's bouquet. He wore black board shorts and a black polo, and he smelled like cinnamon.

"Is everything okay?" he asked.

Alex was surprisingly open with him.

"I'm scared, José! What if JT finds somebody else and we're already committed and then I have to get divorced! I don't want to get divorced!"

Oh, no, Skylar thought. Alex was losing her faith.

Skylar wished she had any experience with marriage she could share with her, but the truth was, her mother, Kate, was the only woman in the family who had gotten married and stayed married.

"I wish Nana Kate was here," Alex said, echoing Skylar's thoughts.

José pulled a simple wooden chair from under a desk and sat down. He put his elbows on his knees and took Alex's hands in his.

"I spent some time with JT this weekend," he said. "And you should see the way his eyes twinkle when he talks about you."

"Really?" Alex said.

Skylar watched quietly. She hadn't seen José as fatherly, yet.

"I used the waterproof mascara," Layla said, "but if you keep crying it's going to streak the blush all down your face, and we're going to have to redo it." She dabbed at Alex's eyes with a tissue.

"Really," José said. "He knew you were the one for him long before you even knew he existed."

Alex seemed to be calming down. She sniffled and sighed.

"I cannot speak for all men entirely," José continued. "But here is one thing I know." He stood up and put his arm around Skylar. "When a smart man realizes which woman he wants to spend the rest of his life with, it is not something that, how do you say, wanes." He smiled at her. "If she gets away before he is able to convince her, he will spend the rest of his life thinking of her, and wondering, *what if*. There is no other woman who will even compare to you for him now. You were his *what if*, and he found you again. Now he gets to answer his own question."

He laughed and put his head on Skylar's shoulder. "I spent seventeen years thinking of Skylar. This was not some woman to have a fling with, but this is *the woman* to have a future with. I tried to love other women," he said. "I did my best, but your aunt's memory was never far from my mind. I was always wondering, what if Skylar comes back? What if I get to see her again?"

Alex smiled. "I'm so glad you reconnected."

"JT feels this way," José said. "For you."

"I spent a lot of time doubting," Skylar said. "I didn't think José would even remember me."

"I tried to forget you every day for seventeen years," José smiled.

She planted a kiss on his mouth.

"Okay," Alex said. "I get it."

"JT loves you, honey," Diane said. "He's always loved you. No matter what comes up in your paths, you'll be able to figure it out together. You've always done that. Since you were kids."

"Thanks Mom," Alex said. "I love you."

Diane and Skylar shared a look. This was the right time to give her the gifts.

Diane reached into her purse and pulled out a delicate garter, white, but yellowed, with a line of tiny flowers are it.

"Something old," Diane said, "of your Nana Kate's."

Skylar eyes began to well. She didn't want to run her mascara, either, so she dabbed her eyes with her pinky finger.

Alex accepted the garter with grace, and slipped it up around her thigh. "It's lovely," she said, "Thank you."

Skylar pulled a string of pearls out of her pocket. "Something new." It had one small sand dollar as a pendant.

"You guys," Alex said. "You know I don't need to do all of this classic wedding stuff."

Diane laughed. "Your Irish grandmother would roll over in her grave if we didn't do this classic wedding stuff."

"Something borrowed," Layla said, and handed Alex her own favorite anklet with a tiny silver cross hanging between two blue beads. "And something blue."

Alex's eyes welled up again.

"Don't cry," Layla said. "Your eyeliner." She hugged her around the shoulders.

Another knock came.

"Yo, ladies," Gabby said, and walked in. She wore thick mascara and a dark blue tuxedo with a white bowtie. Her short hair was gelled up into a mohawk. "It's about time . . . are you ready?"

Alex stood up. "As ready as I'll ever be, I guess."

"Okay," Gabby said. "Romeo, you're at the door with the other ushers. Remember to seat the guests based on if they know the bride or the groom. Right or the left."

"I have been an usher before," José said and laughed.

"Okay, good." Gabby said. "I'm about to unlock the doors. Skylar, you're at the guest book. Diane is sitting in the front row, stage-right. Layla is back here with Alex until the music starts." Gabby turned to leave and then turned back around. "You're going to put your dresses on, right? It's time."

Skylar hugged Alex one more time before she left to attend the guest book. Diane said, "I'll help you with your dresses."

Drew stood in the back of the church. He had Diane's features, a thin face, and light blue eyes, and a cheeky grin on his face, as if he were having a blast.

When Alex had asked him to give her away, he said, "Of course."

JT stood next to him with his hands clasped together, in a midnight blue suit with a turquoise green tie.

Skylar hugged him before taking her place at the guest book, and said, "You look great."

"Is she almost ready?" He straightened his tie.

"She is," Skylar said, "Almost there."

Gabby opened the doors to the chapel and the guests were lined up outside. A wave of heat crept in along with them.

Vanessa took her place at the piano and began to play soft music.

Gabby, JT, and Pauly stood in the front of the church, and José, Todd, and Coach Canosa helped seat the guests. Coach Banks had made it, too, Alex's softball coach from Greenview, with his wife, and their daughter, Tiphanee.

Everyone wore a summer version of their Sunday best.

When most of the guests were settled into their seats, Coach Canosa escorted Diane to the front pew on the right, and José escorted Skylar. They settled next to Diane. Vicki and Rich were seated behind them.

Vanessa began to play *Glory of Love* by Peter Cetera.

Gabby led JT to the front of the church where he stood, almost cocky, but Skylar knew it only covered his vulnerability. Jared stood next to JT with the rings. Drew's daughter walked down the aisle, sprinkling African violets on the red carpeted floor.

The song switched to *I Will Always Love You* by Whitney Houston, and Pauly escorted Layla to the front.

Instead of the traditional wedding song, *Here Comes the Bride,* Vanessa began to play the Lauryn Hill version of *Can't Take My Eyes off of You.*

Drew escorted Alex down the aisle.

For not wanting a traditional wedding, everything felt classic. Alex looked beautiful and strong, happy and hopeful, in her simple white surfer-girl dress, adorned with tiny daisies.

Diane leaned over to Skylar.

"We get to plan your wedding next." She wiped a tear from her eye.

Skylar winked at her and squeezed José's knee. She thought about how a few months ago she had been in her house feeling completely alone in the world, but now, she was here at her niece's wedding, a part of a larger family. A part of a couple. Next to José. A part of a group of friends who felt like family.

She leaned back over to Diane. "Maybe we'll get married in Cancún."

Resting her head on José's shoulder, Skylar watched with pride at Alex taking a leap into marriage, into friendship, into trust and respect. Into her future.

She wasn't sure what the future would bring for she and José, but at least for now, Skylar was looking forward to her future with hope, instead of fear. With companionship, instead of loneliness. With light, instead of darkness.

At the reception, the small group of guests and friends laughed and danced and milled about Serenity Lake Marina. JT's college friends had brought their instruments down and plugged them in on stage. They played ten songs, then ten more songs.

Songs, Alex told Skylar, which had been on playlists JT had made for Alex many years ago when they were college-age.

Pauly gave a speech, and Layla gave a speech, and they both talked about how Alex and JT had been meant for one another all these years, and in the meantime, had been the best of friends to them. The cheesecakes were a hit all around.

José came up behind Skylar and put his hands on her waist.

"I asked them to play a merengue. JT is singing a song first."

She leaned back into him. "What if I step on your toes in front of all these people? I don't want to hurt you, José."

Somehow he took this into his soul and transmuted it into wisdom, with his playful smile, in the deep, fiery way of his. He whispered into her ear, grazing her cheeks with his lips.

"We may hurt each other," he said. "But we will forgive quickly and easily, because we love each other." He took her hand and twirled her out, then back into him. "I want it all with you," he said. "*Todo.*"

She settled back into his safety and warmth. JT took the stage and said a few words about Curtis, Alex's dad, and talked about how proud he was to have been able to play with him. He sang one of the songs Curtis had recorded for Alex.

José and Skylar danced the merengue, with JT's parents beside them. Then everybody got on the floor to dance, and Skylar didn't once step on his feet.

"After we open our Big Adventures Bookstore," he said, "and get it going, do you want to take a week off for another big adventure?"

"What kind of big adventure?" she asked.

"I bought us two tickets," he said. "To Peru for next summer. Do you want to start our travels in Peru?"

"Can we go to Egypt?" she asked. "And Japan?"

"We can also go to Egypt and Japan."

"And Ireland and Thailand?"

"And Ireland and Thailand."

Sade came on, and the keyboard part began.

The lyrics to *By Your Side* covered the lovers and dancers, and echoed out over the river as the sun began to set over the green water.

Skylar was thinking of the colors she'd use to paint the sky and water when José put his hands under her elbows and said, "¿Baila conmigo, Cielo? Dance with me forever?"

Acknowledgments

Dear reader, thank you for taking this journey with me. Writing brings me great joy and aliveness, and without someone at the other end to read these stories, it would only be half as much fun.

Thank you to Julia Cameron for trusting her own still, small voice that told her once upon a time to teach creativity workshops. Without her book, *The Artist's Way,* this book would not exist. Thanks, Julia, also for responding to me when I reached out about permissions. I was honored and star-struck that you wrote back!

I've been doing a gratitude practice every morning for a little over a year now, and the people who show up consistently and often are: my parents, my writing partner, my best friend, my coworkers, my family, my college girls, my writing community and my dentist (because, well, it's hard to find a good dentist, and I have the best one).

You all know who you are, and I love you.

This book would not have been possible without my mother, who instilled in me too many beautiful things to name, including a love of travel. She dragged my brother and me to every museum and amusement park in the USA, and then through Paris, France, all on her own.

It feels kismet that I am putting the finishing touches on this manuscript on Mother's Day. When God was handing out mothers, I got the best one, and it has been the greatest gift of my life to have one so kind and thoughtful and caring and giving, and so intent on raising worldly and wise children. If I develop half of the qualities she intentionally instilled in me, then I will be doing all right. In the mother category, I am absolutely lucky and blessed.

My friend Melissa: when I was twenty-six you fronted me a one-week, all-inclusive plane ticket to Cancún. I cannot remember any time before or after where I laughed so hard, for so long. We have had some blasts, haven't we?

Though this story is a work of the imagination, I do hope I captured the joy, happiness, and sense of adventure our spirits experienced there. We surely and certainly hold the record for the longest bout of laughter on an airplane or in a car ride, returning home from a vacation. I cherish our friendship connection.

To my Beta Readers: Erin, Mo, and Keith, thank you for your invaluable feedback. It helps my creative process immensely to hear your initial reactions and responses as readers, and I trust your morality and life experience with respect to the world, which helps guide me and direct some of my more complicated creative choices. Chase and Andrea, thank you for answering all of my questions about painting and colors . . . though I love to paint, I am such an amateur. Ron, you see all of the mechanics with a clear pen. I appreciate you.

To my editor, Andrea: You. Are. The. Best. Reader. There. Is.

You have a stupendous sense of story, and always catch my errors without making me feel bad about them, which is a true art. I appreciate your eye for detail, your honesty and integrity, and your willingness to debate this or that when it comes to the characters and their journeys. I am so lucky we crossed paths, and you decided to take a chance on a new project!

Always and forever, thank you to my professors and writing

teachers. I channel your wisdom and grace with every story I write, and I could not express how grateful I am that you all took the time out of your own writing lives to mentor those of us who were still trying to figure it out.

Thank you to my proofreaders, Judy and Judy, because women named Judy who are retired teachers are the best proofreaders to have on a budget, and I am forever grateful to you for seeking out the pesky typos, which haunt me in my sleep. There may be one or two left, but without you, there would likely be one-hundred, making for the sense of dread in finding one, and therefore, really uncomfortable dreams. Because of you, I will sleep better.

Thank you to the good people in Cancún, México, for always being so warm and welcoming when I have visited, as well as those in New Smyrna Beach and Orlando, Florida. I hope you experienced the setting of this story as a nod to everything wonderful about your communities and locales. Thank you to my friend Keith, who helped me with the Spanish translations and geographic information; any mistakes in translation, location, or representation are my own.

Thank you to my readers: to you who are reading this right now. Though writing a story like this is a grand adventure, knowing that you are reading it is a whole other brand of excitement and vulnerability and intimacy. I always hope you fall in love with the characters the way I do when I am writing them. It's hard to part with a story like this, and then trust that it will fall into the right hands at the right time, and that the reader will find themselves somewhere in the journey feeling loved and seen. It means a lot when you reach out to me to tell me you loved the story, and I am always grateful when a reader takes the time.

If you liked the story, would you leave it a review somewhere, so I can keep writing stories? Art has always been the main thing that sustains me, and I believe that making human art and supporting human art are the backbones of a healthy and striving society.

Until next time. wishing you all safe travels, sweet dreams, and a sense of freedom.

—Sarasota

About the Author

Sarasota Green is a writer, editor, and poet. She loves beach towns, live music, indie bookstores, boat trips, reading, and painting. She currently lives on the Gulf Coast of Florida.

If you liked *The Last Postcard Over the Gulf of Mexico*, would you take a minute to give it a review on Amazon, Goodreads, Barnes and Noble, Bookshop.org, or wherever you talk about books?

Reviews make way for authors to write more books, and I love writing books.

When I'm not writing, you can find me sometimes, somewhere on social media. Send me a message, sign up for my postcard list and newsletter, and stay tuned for updates and new releases at sarasotagreenauthor.com.

Also by Sarasota Green

A first love story set in the mid 1960's.

The Cocktails, Sunsets, and Music Series

Free-spirited Kathryn Wyse moves from Ohio to the ocean in the 1960's, meets a fun-loving group of friends, and a dreamy musician named Marco Del Rio.

Learn more at sarasotagreenauthor.com

Also by Sarasota Green

Afterword

After you leave a review, please swing by my website and say hello! Join my postcard list, check out my soundtrack playlists, and see some of my favorite things at sarasotagreenauthor.com. Simply scan the QR Code below with your smartphone camera to take you there...